అన్‌టచబుల్ వారియర్

(అంటరాని యోధుడు)

Untouchable Warrior

కస్తూరి విజయం
VICTORY OF KASTURI

సంపాదకత్వం

తంగిరాల సోని

ALL RIGHTS RESERVED
in any form by any means may it be electronically, mechanical, optical, chemical, manual, photo copying, recording without prior written consent to the Publisher/ Author.

Untouchable Warrior

By

Tangirala Sony

Published By : Kasturi Vijayam

Published on April,2023

ISBN (Paperback): 978-81-962667-3-8

Print On Demand

Copy Right: Kasturi Vijayam

Ph:0091-9515054998

Email: Kasturivijayam@gmail.com

Book Available

@

Amazon, flipkart, Google Play, ebooks, Rakuten and KOBO

అంటరాని యోధుడు

అన్ టచబుల్ వారియర్ i

1. రాజ్యాంగ పతాకను ఎగరవేసిన దేశ నిర్మాత 1

2. వెలి 3

3.విన్నపం 4

4. భీమ్ పాటే పాడుతాను 5

5. మౌనం ఎంత మంచి భాషణం 6

6.అతడి స్పర్శ 7

7.డోర్ డెలివరీ 8

8.ఆ గురుతులు 9

9.అది విగ్రహం కాదు!! 10

10.ఈతరం బుద్ధుడు 11

11.జ్ఞాన ఖడ్గ శిఖరం 12

12.రాజ్యాంగం... ఆయన నెత్తుటి దీవెన 14

13.నీలి ఆగ్రహం 15

14. తల ఎత్తిన ఆకాశం 16

15.నీల్ సలామ్ 17

16.రేపటి వైపుకు... 18

17.వెలుతురు దివిటీ అతడు 19

18.యోధుడా...! నీకు వందనం 20

19.నేత్రశిశువు.... 21

20.బాబా సాహెబ్ 22

21. ఆకాశమంత అవకాశం 23

22.యుద్ధం చేస్తున్నట్టు 24

23.చూపుడు వేలు 25

24.కాంతిరేఖ 26

25. అదిగో 27

26.వెలుగు రేఖ 28

27.ఎడారిలో నది 29

28.ఒక నీలి జెండా నీడన 30

29. నువ్వే లేకపోతే 31

30.అంబేద్కర్ ధిక్కారం 32

31.బాబా సాహెబ్ అంబేద్కర్ 33

32.అతనొక్కడు మాత్రం 34

33. బహుజన బంగాళాఖాతం 35

34. ది గ్రేటెస్ట్ ఇండియన్...! 36

35. అంబేద్కర్ 37

36. ముసుగు తొలగిద్దాం ! 38

37. అంబేద్కర్ పట్టుదలే ఆయుధం 39

38. అంటరాని సూరీడు 40

39. కొత్త ఉదయాల్లోకి... 41

40. ఓ అంబేద్కరా 42

41. జయహో అంబేద్కర్ 43

42. ఎదురు చూపు 44

43. నవభారత్ అంబేద్కర్ 45

44. పిల్లలంతా జై అన్నారు! 46

45. ఆశాజ్యోతి 47

46. దళితవృక్షం 48

47. నీలి పొద్దు 49

48. సమవర్తి 50

49. నీవే లేకుంటే! 51

50. రాజ్యాంగం తెలుసుకో 52

51. మా బలం 53

52. అంబేద్కరిజం 54

53. ఆకాశమంత 55

54. నిలువెత్తు సాక్ష్యం 56

55. మా నినాదానివి 57

56. అమ్మా అంబేద్కరా !!! 58

57. దార్శనికుడు 60

58. రణన్నినాదం 61

59. చూపుడువేలు 62

60. ఋషి 63

61. జయహో అంబేద్కర్... 64

62. అంబేద్కరే ప్రపంచం 65

63. బహుజన జీవన ఊపిరి...! 67

64. రాజ్యాంగ దేహపు ప్రాణం. 68

65. నిష్కృతి 69

66. పుస్తకం 70

67. అందరి వాడు 71

68.చూపుడువేలు 72

69.అంబేద్కర్ 73

70. ఆదర్శ దార్శనికుడు 74

71. సంస్కర్తకు వందనం... 75

72. వెలుగు 76

73.మట్టి కూడా సముద్రపు అలలవుతాయ్ 77

74.నీవే మా నిట్టెద 78

75.మూగ జాతి విముక్తి ప్రదాత 79

76. విశ్వనరుడు అంబేద్కర్ 81

77. అంబేద్కర్ నడిచే విజ్ఞానం... 82

78.తెగిన నీటి సంకెళ్ళు 83

79. ఇంకా ఎంతకాలం 84

80. జాతి రత్నం 85

81.వెలుగు రేడు 86

82.వైతాళికుడు 87

83. భజించేది నిన్నే 88

84.విశ్వ తేజం 89

85. సమతా మూర్తి 90

86. ప్రచండ భానుని ప్రతిమ! 91

87. ముందుకు సాగుతాం 92

88.బురదలో వికసించిన కమలం 93

89. భారత భానుడు 94

90. నీలమంటే నీ కెందుకంత భయం ? 95

91. జై భీమ్ 96

92. కీర్తి బావుటా 97

93. జెండా కర్ర నువ్వే 98

94. ఏప్రిల్ మాసం –ధర్మ యుద్ధం ! 99

95. మదిచిన నాలుగు వేళ్ళు 100

96. మహర్ కుమారుడు 101

97. వెలుగు దివ్వె అంబేద్కర్ 102

98. ఎలుగెత్తి చాటుదాం 103

99. మట్టి పువ్వు 105

100. అన్ టచ బుల్ వారియర్ 107

అన్‌టచబుల్ వారియర్

(అంటరాని యోధుడు)

Untouchable Warrior

బాబాసాహెబ్ అంబేద్కర్ "untouchable warrior" కవితా సంకలనం సామాన్య పాఠకులకు అర్థమయ్యేలా వుంటుంది. ఇందులో రాసిన కవులు ఎప్పటినుంచో కవిత్వం రాస్తున్నవారు వున్నారు ,ఇప్పుడు కొత్తగా రాస్తున్నవారు వున్నారు, అలాగే అసలు కవిత్వం రాద్దాం అని ప్రయత్నం చేసినవారు వున్నారు. మొత్తంగా బాబాసాహెబ్ అంబేద్కర్ 100 కవితల సంకలనంలో కవితలు రాయడం కోసం పోటి పడినవారు వున్నారు. ఇక అంబేద్కర్ అంటరాని వాడు కదా ! బహుశా మనమేం రాస్తాం అనుకున్నవారు వుండొచ్చు.

బాబాసాహెబ్ అంబేద్కర్ 100 కవితల సంకలనం తీసుకువస్తున్నాం అని ప్రకటన ఇచ్చిన దగ్గర నుంచిచాలా మందిని కవిత రాయండి అంటే చూసీ చూడనట్లు వున్నవాళ్ళు వున్నారు. ఇక అసలు అందరూ కవిత్వం రాస్తున్నారు కదా! ఇంకా అంబేద్కర్ గురించి కవితా సంపుటి అవసరమా ! అంటే అవసరమే అంటాను నేను !! ఎందుకంటే ఈరోజు ప్రపంచం మొత్తం కూడా బాబాసాహెబ్ అంబేద్కర్ వైపు చూస్తున్న కాలం.

బాబాసాహెబ్ డా.బి.ఆర్. అంబేద్కర్ సామాజిక, ఆర్థిక , రాజకీయ అసమానతలు లేని భారతదేశం కోసం, భారతదేశంలో ప్రతి పౌరుడు/పౌరుల ఓటు హక్కుకోసం , భారతీయ మహిళల హక్కుల కోసం , ప్రపంచంలోనే అతి పెద్ద లిఖిత భారత రాజ్యాంగ ద్వారా భారతదేశ పౌరులకు సమాన హక్కులు , స్వేచ్ఛ , సమానత్వం, సౌభ్రాతత్వం కల్పించారు , ఆయన చేసిన కృషి ప్రపంచంలో ఏ నాయకుడు చేయలేదు అని భారతదేశ ప్రజలమైన మనం గుర్తించుకొని గర్వించుకోవాలి.

ఐక్యరాజ్య సమితి నుండి ప్రపంచ దేశాలు అంబేద్కర్ ను ఒక ఐకాన్ గా గుర్తిస్తుంటే మన దేశంలో అంబేద్కర్ ను ఒక కులంగా, ఒక మతంగా చూస్తూ విగ్రహాలు కూల్చివేతకు గురిచేస్తున్నారు. అంబేద్కర్ పుట్టినరోజును కొలంబియా యూనివర్సిటీ నాలెడ్జ్ డేగా ప్రకటిస్తే మనం ఇక్కడ ఆయనను దళితుడి గా ముద్రవేసి తక్కువ చేసే విధానాన్ని గమనించాలి. ఇతర దేశాలు బాబాసాహెబ్ ను సమానత్వం కోసం పోరాడిన సామ్యవాది గా,అభినవ బుద్ధుని గా చూస్తుంటే ఇక్కడ విడదీసి చూస్తున్నాం.

ఇక మహిళలుకు ఇంతవరకు ఇతర దేశాల్లో ఓటు హక్కు, స్వేచ్ఛగా తిరిగే హక్కులు లేవు కానీ మన దేశంలో ఎప్పుడో బాబాసాహెబ్ అంబేద్కర్ అవీ కల్పించాడు. కానీ యే మహిళాసంఘాలు చెప్పవు,గుర్తించినా గుర్తించనట్టు నటిస్తారు ఎందుకంటే ఇక్కడ కులం ప్రధానం.

ఈరోజు దేశ ప్రధాని దగ్గర నుంచి , ముఖ్యమంత్రుల వరకు అందరికీ అంబేద్కర్ అవసరం. అందుకే 125 అడుగుల విగ్రహాలు పెడతాం అని కడుతున్నారు , పెట్టిస్తున్నారు. రెండు తెలుగు రాష్ట్రాల్లో విగ్రహా ఆవిష్కరణలు కూడా సిద్ధంగా వున్నాయ.అది మంచిదే. ఎందుకంటే పీడితుల

పక్షంగా, బహుజనుల ఆశాజ్యోతి గా, ఈరోజు ఆధిపత్య కులాలు కూడా అంబేద్కర్ అంటే ఇష్టపడనివారులేరు ఎందుకంటే ఆయన జీవితం, ఆయన పోరాటం అందరికీ స్ఫూర్తిగా వుంటుంది.

బాబాసాహెబ్ అంబేద్కర్, వాడలో నుంచి ఊరిలోకి వెళ్ళాలనీ అందరూ కోరుకోవాలి. పుస్తకాలు కొనుక్కొని ఇంట్లో పెట్టుకున్నట్లే, ఆయన విగ్రహాలు వాళ్ళ ఇండ్లముందు వుండే కాలం రావాలి .అలాగే అంబేద్కర్ చెప్పినట్లు కులాంతర వివాహాలు జరిగి అందరూ కలిసి వుండాలి.

ఇలా కవిత్వం కలిసినట్లు, మన భావజాలం కలవాలి, అంబేద్కర్ కోసం అక్షరాలు సంధించినట్లు , కుల సమస్యలపై , మత సమస్యలపై కవిత్వం మండాలి.ఎక్కడ దళితులపై దాడి జరుగుతుందో అక్కడ కవిత్వం సంఘీభావంగా ముందుండాలి. దేశంలో స్త్రీల పై జరుగుతున్న దారుణాలపై మన కలాలు కదలాలి , అన్యాయాలపై , అక్రమాలపై , అణిచివేతలపై కోట్ల కలాలు పిడికిళ్ళు బిగించాలి. సమత ,మమత ,రాజ్యాంకోసం పాటుపడాలి. కవిత్వ మంటే ఏదో అర్థంకాకుండ రాసేది కాకుండా, నలుగురుకు వుపయోగ పడేలా రాయాలని నా ప్రయత్నం. అందుకే ఇలా కవిత్వం తో కలవాలని, కలిసి సమాజంలో బాబాసాహెబ్ అంబేద్కర్ గురించి తెలియాలని మరింత తెలియజేయవల్సిన అవసరాన్ని గుర్తించి చేస్తున్నదే ఈ ప్రయత్నం.

అందుకే100 మంది కవుల కవిత్వం ఈ "అన్ టచబుల్ వారియర్" కవితా సంపుటి . అంతకుముందు ఎప్పుడైనా ఇలా కవితా సంపుటి 100 మందితో వచ్చిందో రాలేదో తెలియదు కానీ ఇదే మొదటిది అని అనుకుంటున్నాను. బహుశా 100 మందితో కూడా రాలేదు అనుకుంటా పూర్తిగా బాబాసాహెబ్ అంబేద్కర్ పై.

ఇక ఈ సంకలనంలో అందరి కవితలు వేయడానికే ప్రయత్నం చేసాను, చాలా కవితలు వచ్చాయి కానీ, వాటిలో ప్రయత్నం చేస్తున్నవారి దగ్గర నుంచి ఇక రాస్తున్న వారు దాక, కవితలు తీసుకోవడం జరిగింది. కొత్త వారిని ప్రోత్సాహిద్దాం అని అలా కొన్ని కవితలు తీసుకోవడం జరిగింది.

ఇక కవులారా! ఈ పుస్తకం ప్రజల్లోకి వెళ్ళడానికి మీకు తెలిసిన వారికి చెప్పండి . మీ కవిత వచ్చింది అని కాదు, దీంట్లో నా కవిత ప్రచురితమైంది ఈ "అన్ టచ్ బుల్ వారియర్" కవితా సంపుటిని కొనుక్కుని చదవండి అని. అలాగే కవిత రాసిన మీరు కూడా మీ కవిత లాగే ఇంకా 99 కవితలను కూడా చదవండి. బాబాసాహెబ్ అంబేద్కర్ గురించి ఒక్కొక్కరూ ఒక్కో కోణంలోంచి తమదైన వ్యక్తీకరణ తో అందించారు.

ఇక ఇలా కవితా సంపుటి తీసుకుని వస్తునాను అంటే మంచి ప్రయత్నం తప్పకుండా సంకలనంగా తీసుకురా అని చెప్పిన కవి శిఖాఆకాష్ అన్నకు జైభీంలు.

ఈ " అన్ టచబుల్ వారియర్" (Untouchable warrior)కవితా సంపుటి ప్రూఫ్ చూసిన వారికి, ప్రింట్ చేస్తున్నస్తున్న ముద్రణ వారికి నా జైభీంలు. ప్రకటన రాగానే సహకరించి కవితలు పంపిన కవులందరికి ప్రత్యేక ధన్యవాదాలు.

తంగిరాల. సోని

96766 09234.

1. రాజ్యాంగ పతాకను ఎగరవేసిన దేశ నిర్మాత

ఆ నావలోని తెరచాపలు
ఏదో పాటకు ఊగుతున్నాయి.
ప్రతి గాలి తరంగాలలో
జీవన శృతులు.
పక్షుల గుంపులు
ఆకాశం పైకి లేచినప్పుడు
నక్షత్రాలు సమూహాలుగా
రాలుతున్న దృశ్యం.
నది అలలు దాటిన ఆ పడవ
అంతరమున నిశ్శబ్ధంగా నడుస్తుంది.
ఆకాశానికి భూమికీ
వర్ణ బేధం లేదు.
రాముణ్ణి వధించి
రావణున్ని దళిత సామ్రాట్ గా
ప్రకటించిన
ఆ అంబేద్కర్ సూర్యుడు
మండుతూనే ఉన్నాడు.
కృష్ణుణ్ణి ఆర్యుల బంటుగా
దళిత తల్లి పూతనను
వధించిన హంతకుడిగా
చిత్రించిన చిత్రకారుడు
ఆ అంబేద్కరుడు
భారతావనికి విద్యా కిరీటం.
ప్రతిభ,ప్రజ్ఞ,రూపాయి
అందరి సొత్తు అని
ప్రకటించిన మేధావి అతడు.
సముద్ర గర్భంలోకి
చొచ్చుకుని పోయి
ముత్యాలు ఏరితెచ్చి
దళిత తల్లికి హారం వేసిన
సుపుత్రుడు అతడు.
నక్షత్ర మండలాన్ని ఛేదించి
వెలుగు సముద్రాలు పొంగించి
దళిత వాడల్లోకి
ప్రవహింపజేసిన
నీరజుడు అతడు.
అతను కావ్యాల్లోని బ్రహ్మ కాదు.
ప్రపంచానికి మేధో ఆయువులు
పోసిన సృష్టికర్త.
చీకటి దొంతరులలో జీవిస్తున్న
ఆ అమ్మకు
ముళ్ళ కిరీటాన్ని తొలగించి
విద్యా కుసుమ సౌరభాలను
వెదజల్లిన యుగనిర్మాత.
తరాలుగా జంధ్యప్పోగుతో
గుండెలకు గాయం చేస్తున్న
పరాన్నభుక్కుల తాడు తెంచి
మనుషులతో కలిపిన
మహనీయుడు.
అతడు అందరివాడు.
కొందరివాడుగా
ఎందుకు ముద్ర వేశారు?
సూర్యుణ్ణి అరచేతిలో
ఇమడ్చ గలరా?

కొలంబియాలో వెలుగుతున్న
శిల్ప ఔన్నత్యాన్ని తగ్గించగలరా?
శూద్ర శంభూకున్ని వధించిన
కత్తి కర్కశత్వాన్ని
ఇనుప ఘంటంతో లిఖించిన
కావ్యకర్త అతడు.
గౌతమ బుద్ధుని శిల్పాన్ని
ఆకాశమంత చెక్కి
ప్రపంచానికి దార్శనికుడిగా
ప్రకటించిన మహా శిల్పి అతడు.
వేదాల అడవిని ఛేదించి
ధ్వంసించి, దహించి
పోడు వ్యవసాయం చేసి
చిరు ధాన్యాలు పండించిన
మహా హాలికుడు అతడు.
మనుస్మృతి ఆయువు తీసి
మనుషుల మధ్య గోడలు కూల్చి
విష సముద్రాన్ని ఎండబెట్టి
సమసమాజ నిర్మాణ భవనాన్ని కట్టి
రాజ్యాంగ పతాకను ఎగరవేసిన
దేశ నిర్మాత అతడు.
బుద్ధుని తత్త్వసారాన్ని
సూక్తి మంజీరం చేసి
త్యాగ వారధిని నిర్మించిన
నిర్మాణదక్షుడతడు.
అతడు విశ్వజనీనుడు.
బుద్ధుడు – పూలేల వారసుడు.
శీల సంపదకు నిధి.
సముజ్జ్వల ప్రకాశ ప్రజ్వలిత
జ్ఞాన పెన్నిధి.
అతడొక విజయం.
అతడొక నీలిపతాక.
అతడు ధైర్య సాహసాల ఎజెండా.
అతని స్ఫురద్రూపం
శిల్పాకృతితో భారతాన్ని వెలిగిస్తుంది.
అతడు మా పెన్నిధి.
మా తండ్రి.
అతని బాటలో మేము.

డా. కత్తి పద్మారావు
9849741695.

2. వెలి

యేమి మెలిపెడుతుందిరా
యీ మాయదారి బొమ్మ !
దీన్ని చూస్తే

కంటిమీద కునుకు రావడం లేదు
అది కంటబడితే
తలమీద కిరీటాన్నెవరో లాగేసి
నేలమీద గిరాటేసినట్టుంది

ఆ చూపుడువేలు
పట్టు వస్త్రాల్లో దాగున్న
మా దిశ మొలని గురి పెడుతుంది

ఆ బొమ్మ
మా తాతలు చావగొట్టి
తూముల్లో తొక్కేసిన
గోచి పాత గాళ్ళంతా తిరిగొచ్చి
సూటూ బూటూ వేసుకుని
నడి బజార్లో బోరవిరుచుకుని
నిటారుగా నిలబడ్డట్టుంది

ఆ బొమ్మ కనబడితే
కడుపులో ఎవరో
చెయ్యిబెట్టి దేవినట్టుంది
యెన్ని సార్లు సజీవ దహనం చేసినా
బూడిద నుంచి పైకి లేచిన
ఫీనిక్స్ పక్షిలా
మొహం మీద యూడ్చి తన్నినట్టుంది

ఆ బొమ్మని చూస్తుంటే
వెన్నులోంచి చలి పుట్టుకొస్తుంది
గొంతు తడి ఆరిపోతుంది

చేతిలో పుస్తకంతో ఆ మనిషి
వో భూత మాంత్రికుడిలా
కలతనిద్రై , పీడకలై
మెదడుని రంపంతో కోసేస్తున్నాడు

ఆ బొమ్మకి పూజలు చేసి
భూస్థాపితం చేద్దామంటే
అది వెంటాడే దావానలమవుతుంది
దేశం పొలిమేరలు దాటి
అలగా మూకల్ని
అగ్గి రవ్వల్ని రాజేస్తోంది
అయ్యో ! యెవరన్నా సాయం చేయండి !
ఆ బొమ్మని ముక్కలు చెయ్యండి !
అది నిలబడిన వాడి మెడలో
మరోసారి ముంత తగిలించండి !

ప్రొఫెసర్. చల్లపల్లి స్వరూపరాణి
9440362433

3. విన్నపం

పండ్ల తోట గురించి
ముళ్ల చెట్లు
ప్రశస్తి గీతాలు రాస్తున్నాయ్

నదుల్ని కొల్లగొట్టాలని
ఎడారులు
కొల్లాయి గడుతున్నాయ్

నీ వ్యతిరేకులే
నిన్ను పాటగా పాడుతున్నారు
నీ పేరుతో
వాళ్ళ జెండా ఎగరేస్తున్నారు

వాన దెబ్బల నుంచి తప్పుకోటానికి
గొడుగుగా వాడుతున్నారు నిన్ను

నిన్న నిన్ను బూర్జువా అన్నవాళ్లే
నేడు నిన్ను భుజాల మీద మోస్తున్నారు

బాబా సాహెబ్!
కొత్త ప్రేమల చాటు క్రీగంటి చూపుల రాళ్లను
తిప్పి కొట్టే శక్తిని మాకివ్వు

నీ మాటలతోనే
నిన్ను ఓడించే కపటాన్ని
గుర్తుపట్టే నీతి నివ్వు

చెట్టు కింద జేరి
చెట్టు వేళ్ళను కొరికే పురుగుల కోసం
కలుగులు తవ్వే తెగువ నివ్వు

ముఖం కందగడ్డ జేసుకుని
నీ ముందు
తలవంచి నిలబడ్డ సముద్రం
తన అలల ద్వారా మోసుకొచ్చే మొసళ్ళను
పసిగట్టే వెలుగు కళ్ళను
వారానికొకసారే ప్రకాశించే
వీధి దీపాలమైన మాకు
ప్రసాదించు మహాశయా

జి. లక్ష్మీనరసయ్య

4. భీమ్ పాటే పాడుతాను

అవును ముమ్మాటికీ
నేను భీం పాటే పాడుతాను
డెబ్బై రెండు మేళకర్త రాగాలతో
భూపాలరాగం ఉండొచ్చునేమో గానీ
భీమపాల రాగం ఉండకపోవచ్చు

కానీ అది
మా జీవితాలను శ్రుతి చేసిన రాగం
నీకు రామ్ ఎలా తారకమంత్రమో
మాకు భీమ్ అలాంటి జీవన మంత్రం

మా జాతి జీవనంలో
సాహసాన్ని సౌందర్యాన్ని నింపిన
పరమ పవిత్ర గీతం

ఈ దేశపు కోటాను కోట్ల
దళిత జాతి పరమ పవిత్రంగా
పఠించే ఆలపించే గానం చేసే
స్తుతించే వినిపించే ధ్యానించే దస్యమంత్రం !

అవును
నేను ముమ్మాటికీ భీమ్ పాటే పాడతాను

భీమ్ పాట
దళిత జాతి పాలిట మృత సంజీవని
భీమ్ పాట
కల్లోలమైన బతుకు కడలిని దాటించే
నోవా పడవ
భీమ్ పాట
నిదురించే నా జాతిని మేల్కొలిపే
దళిత వైతాళిక గీతిక

అవును
నేను ముమ్మాటికీ భీమ్ పాటే పాడతాను

ఒక గొంతుతో కాదు
కోటి గొంతుల దళిత కోరస్ తో
నేను
భీమ్ పాటే పాడతాను

శిఖామణి
98482 02526

5. మౌనం ఎంత మంచి భాషణం

రాజ్యం నడవనీయదుగానీ
రాజ్యాధికారం దాకా రంగుల కలలు
కంటుంటావ్
త్రివర్ణ పతాకానికి పర్యాయపదాలూ
సువర్ణ సుందరి సినిమా పాటలూ
బహుళ ప్రజ్ఞా సిద్ధాంతాల గురించి
మాట్లాడమనడాలూ లేవుగానీ
బహుళ ప్రచారమైన బాబా సాహెబ్ నినాద
మొక్కటైనా గడగడా చెప్పగలవా
అలవోకగా నలుగురు
తెలుగు దళిత కవుల కవితలూ
కారంచేదు–చుండూరు–లక్షింపేట దోషుల
కులాల పేర్లు టకాటకాచెప్పి
ఊపిరి తీసుకోకుండా
శత్రువులెవరో గుర్తుపట్టు చూద్దాం

పులులూ సింహాల ఉగాది నరబలుల సందడిలో
నువ్వింకా రికార్డ్ డాన్సులు వెయ్యడం
ఆపలేదుగదా
రోడ్లపక్క చెట్లు నరికేసినట్లు
అకారణంగా ఒక అమాయకుడిని నరికివేస్తే
మౌనం ఎంత మంచి భాషణం
వరికంకులు గింజ కట్టి ముదిరి
పైరు ఎర్ర బారితే
పొలానికి రైతు నీరు కట్టడం మానేసినట్లు
పొగరుబట్టిన దుష్ట జనానికి ఉప్పు కారంపూసి
వరికీళ్లలా తాడుపై ఎండగట్టి ఎన్నాళ్ళయింది!
సంపూర్ణ దేహశుద్ధి చేసిన కబుర్లు ఒక్కటైనా
విని ఎంతకాలమయ్యింది

ఎన్నికల్లో మనోళ్ళకి మద్దతునిచ్చిన కథలు
అంబేడ్కరైట్లకు ఇంట్లో భోజనం పెట్టిన
సంఘటనలు
పోరాట కరపత్రంగానైనా పంచబద్ద ముచ్చట్లూ
ప్రాచీన దస్తావేజుల్లా గుండెల్లో
భద్రపరుచుకోవాలనుంది
ఆరోజు రానియ్యి! చిక్కటి ఎర్రసిరా ఒలకబోసి
రక్తికట్టే కవిత్వం రాస్తా

ఈ రామనాథ్ కోవిందులు
రాముళ్లూ కాదూ దళితులూ కాదూ
ఎలమి కోరి వరాలిచ్చే దేవుడు
మనకొక్కడన్నా ఉన్నాడా
నరికితే ఆవకాయకు ముక్కలు తెగిపడాలి
కొబ్బరికాయలా పెంకు రెండు ముక్కలవాలి

జాతర మనిళ్ళలోనూ మొదలు కావాలే
పోలేరమ్మ జాతరలో బలి కత్తి కోసం వెదకాలే
బహిరంగ రహదారులపై నిషేధాన్ని ధిక్కరించి
ఎద్దులబండిని నడిపిన అయ్యంకలి
గుర్తుకురావాలే

అదును పొలంలో విత్తనాలు చల్లినట్లు
దేశమంతా ఆత్మగౌరవ విత్తనాలు చల్లిన
మనిషి జనం గుండెల్లో విగ్రహమయ్యాడు
ఏదీ మన ఆత్మ గౌరవానికి ఒక్క ప్రతీక
చెప్పుచూద్దాం

– తుల్లిమల్లి విల్సన్ సుధాకర్
9538053030

6. అతడి స్పర్శ

ఒక జాతి జీవితమే
దుర్భర దాహంగా మారినపుడు
దేహపు కణకణమూ దాహార్తికి వేలాడే
 ఉరికొయ్య అయినపుడు
అతడు మహర్ చెరువులోకి దిగి
దాహ ప్రతిఘటనకు దారులు వేసాడు
అప్పటినుండి దేశదేహమే
తన దాహాన్ని తీర్చుకునే పోరుబాట పట్టింది.

ఒక జాతి
తరతరాల దోపిడీకి చిక్కి
అన్యాయాల అక్రమాలకు వొరిగి
దారిచూపే దివ్వెలను వెతుకుతున్నప్పుడు
అతడు జనయాత్రలు సాగించి
దేశపు అట్టడుగుకు ధిక్కారాల
రాస్తా యేర్పరిచాడు.

ఒక జాతి వారసులను
విద్యకు దూరం చేసి
గొడ్లచావిడి బరిగొడ్లను చేసి
అజ్ఞాన చీకటితలుపు గొళ్లెం పెట్టి
పరాధీనులను చేసి గెంటి వేసినప్పుడు
అతడు సకల విద్యలు నేర్చి తన వారసులను
దేశానికి రాజ్యాంగాన్నిచ్చిన దాతలను చేసాడు.

ఒక జాతి
నివాసాన్ని వాడజేసి
ఆహారపానీయాలను అసింటజేసి
నడక తప్పుజేసి నడత నేరంజేసి
అంటరానివాళ్లని ముద్రలేసినప్పుడు
అతడు దేశాత్మను బుద్ధజ్యోతితో
స్పర్శించి పవిత్రం చేసాడు.

అతడు
దళితపోరాటాల చుక్కాని

అతడే
అణగారిన జనాల రాజకీయపుటడుగు

అతడు
విద్యావంతులలో రారాజు వేగుచుక్క

అతడే
ఈ దేశానికి వెలుగు చూపే
చూపుడువేలు.

జి. వెంకటకృష్ణ.
8985034894

7. డోర్ డెలివరీ

అంటరాని ఉల్కలేవో
అంతరంగాన్ని బలంగా ఢీకొట్టాయి
చప్పుడు చేయని
ఎడారి బతుకే చుట్టూరా!
కావచ్చు!
అతని అవిశ్వాస తీర్మానం
దేశం గుండెల్లో వీగిపోలేదు
చెప్పుల్లేని కాళ్లను
చెప్పుల జెండాగా మార్చి
రెపరెపలాడించిన వీరుడు.
అంబేద్కర్.....
జాతి కోసం కురిసిన
ఓ మేఘమాల
గాయాల ఆటుపోట్లను దాటి
సునామీలా పోటెత్తిన
ఓ భావ సముద్రం
వెలివాడల్లో మాటేసిన
మన్యమృగాల్ని
వెంటాడి, వేటాడిన
విలువిద్యల విలుకాడతడు
దుఃఖం తీరాన్ని దాటి
దండేలకు వేలాడిన
నిస్సహాయతల్ని డప్పుగా మలిచిన
దరువుల దండోరా.
సర్లే కానీ....
నీ శవాన్ని ముంగిట్లో పారేసి
మీసం తిప్పే డెకాయిట్ల గుండెల్ని
నువ్వెప్పుడు డోర్ డెలివరీ
చేస్తావో చెప్పు?
నీ ఆగ్రహంపై కళ్లాపి జల్లి
అప్పుడప్పుడూ
విగ్రహాల గొబ్బిళ్లను నాటే
నయా చాణక్య తంత్రాల్ని
నువ్వెప్పుడు అర్థం చేసుకుంటావో చెప్పు?
వాడల్ని కౌగిలించుకోని మొహల్లాలు
మొహల్లాల్ని ఆలింగనం చేసుకోని వాడలు
ఓడిపోతూనే ఉంటాయి.
నీడల వెంట తచ్చాడటాలాపి
ఉద్యమ నయాగారాలమై
సమస్త సాచివేతలపై
చూపుడువేలు సాక్షిగా
నగారా మోగిద్దాం రండి.

షేక్ కరీముల్లా
9441502990

8. ఆ గురుతులు

ప్రపంచ పటమ్మీద పొడుచుకొస్తున్నాడతడు
భూగోళాన్ని బొటనవేలు మీద గిరగిరా తిప్పుతూ ఆ వేలు గీత
గీస్తుంది

ఊరిని సవాలు సేత్తున్న ఎలుగు పూరిగుడిసెలో పొడుస్తుంది
నింగిన సిరా ఒలకిస్తున్న చిత్రకారుని మెడన పాదరక్షల గురుతులు

పల్లెకి పాకుతున్న
ఆశయాన్ని విరగ్గొట్టాలని
దుమారం కోరమీసాన్ని కవ్విస్తుంది
ఆశల్ని నెత్తుటి కన్నీళ్ళ ముంచి
తాండవ మాడుతుంది

ఈ దేశం బతుక్కి దారి చూపిన నావికుడురా అతడు
అర్థ శతాబ్దిగా ముడతలు పడ్డ సౌరాజ్జం నుదిటిపై అలగా మడిసి
నెట్టింది వర్ణం
రేయ్ ఈడ బోధిసత్వుని బోధలు వినిపిస్తున్నంతకాలం
ఈ గుండెలు రగులుతూనే ఉంటాయి
మీ కోటల్ని కదుపుతూనే ఉంటాయి

డా. జి. వి. రత్నాకర్
70135 07228

9. అది విగ్రహం కాదు!!

నిలువెత్తు అంబేద్కర్ విగ్రహం చూసినప్పుడల్లా,
పోటీ పడి దండలేసిన సందర్భాలు
గుర్తుకొస్తాయి.

అదే విగ్రహానికి,
ఏ అర్ధరాత్రో గుర్తుతెలియని దుండగులు
చెప్పుల దండలు వెయ్యడమో
అసలు విగ్రహాన్నే ధ్వంసం చేయడమో,
ఏ పేపర్లోనో చూసినప్పుడు,
ఆవరించే దుఃఖం అంతా ఇంతా కాదు!

దంచుతారు ఉపన్యాసాలు,
అంబేద్కర్ అందరివాడని.
ఏ పంచాయితీ ఆఫీసు ముందైనా చూసారా
అంబేద్కర్ విగ్రహాన్ని!!
ఎక్కడ చూసినా
పల్లెకు కాపలా కాస్తూ
అంబేద్కర్ విగ్రహం.

ఏ విగ్రహం వెనుక
ఏ రాజకీయ ప్రయోజనమో మరి.
మీరనుకున్నట్టు అది విగ్రహం కాదు.
ప్రపంచ చరిత్రను,మానవ
పరిణామాన్ని,హక్కులను
అధ్యయనం చేసిన
జ్ఞాన సౌధ!!

అది విగ్రహం కాదు.
చిమ్మ చికట్లలో ఎటు నడవాలో
అర్థం కాని బహుజనానికి
దారి చూపిన క్రాంతి పదం!
నైతికంగా మనువు శాస్త్రాన్ని
చీల్చి చెండాడిన విద్వత్ ఖడ్గం.

అది విగ్రహం కాదు.
యుగాల బానిస సంకెళ్లను తెంచే,
ఒక ఆగ్రహ నినాదం.
ఇప్పుడిక అంబేద్కర్
ఈ భూమిలో భాగం!!
మనువు రాజ్యాలన్ని
కాలగర్భంలో కలిసిపోయి,
ఈ భూమి నిలుస్తుంది!
అంబేద్కర్ నిలుస్తాడు.
ఇప్పుడిక అంతకు మించి
ఏమీ లేదు.

కత్తి కళ్యాణ్
79979 52621

10. ఈతరం బుద్ధుడు

ఆచంద్ర తారార్కం , అజరామరం
అంబేద్కరీయం
ఆదర్శ సమాజానికి ఆలంబనం –
ఆయన భావజాలం
భావితరాలకు మార్గదర్శనం –
బాబా సాహెబ్ జీవిత గమనం
సర్వ మానవ గౌరవ స్వేచ్ఛ గానం –
తాను స్వప్నించిన సుందర స్వర్గం

అంటరానితనపు అవమానాలు ఎన్నో జీవిత
పర్యాంతం వెంటాడినా
బీదరికపు బాధలన్నీ
అవరోధాలై అడుగడుగునా వేధించినా
గతితప్పని పథికుడాయన
నిబద్ధతతో గమ్యం చేరిన స్థితి ప్రజ్ఞుడాయన,
నేటి బుద్ధుడాయన
జరారుజ మరణాలు చూసి చలించినాడు
నాటి బుద్ధుడు
కుల వివక్షా ఘోర అవమానాలు మోసి
జ్వలించినాడు నేటి బుద్ధుడు
చదువుతో ఎదిగి ఎదుగుతూ కదిలి
కదులుతూ కదిలించి
అదిలించి ముందుండి నడిపించి
జాతిజనులను జాగృత పరిచినాడు
సకల జనహిత సమాజానికి
కులరహితమే సహజ మార్గమన్నాడు

శ్రామిక, మహిళ, బడుగు
హక్కులకు గొడుగు పట్టినాడు
అవ్యవస్థల, అనాచారాల అణిచివేతల
చెడుగుడుపై పిడుగై యుద్ధాన్ని చేపట్టినాడు

విద్యాయుధమే బలహీనుల చేతి
వజ్రాయుధమని చాటినాడు
బుద్ధి గరపి, భుజంకలిపి ,
ఉద్యమించడం నేర్పినాడు
స్వేచ్ఛ , సమానత్వం సహోదరత్వ
భావనలే పునాదులుగా,
పటిష్ట విశిష్ట రాజ్యాంగ భవనాన్ని
నిర్మించినాడు
భారతావనికి ప్రేమతో అందించినాడు
అంబేద్కర్ వారసులమని గర్విద్దాం

అందరము ఆ మహా స్ఫూర్తిని కొనసాగిద్దాం
ఆధునిక భారతాన్ని నిర్మిద్దాం

డా. జి. వి. జి. శంకరరావు
+91 94408 36931

11. జ్ఞాన ఖడ్గ శిఖరం

కమ్ముకున్న వేల ఏండ్ల చీకటిపై
నువ్వు తిరగబడ్డ సూర్యుడవు
జ్ఞానఖడ్గంతో...
ఆధిపత్యాల శిరస్సులను తెగనరికిన కలానివి

నీ పేరు ఆత్మగౌరవం
నీ ఊరు నిలువెత్తు ఆత్మవిశ్వాసం
నీ చూపుడు వేలే కదా
మాకు అక్షరాల దారులు పరచింది
వెలివాడ మీద ఆ వేలే ఇప్పటికీ
పహారా కాస్తున్న సైనికుడు

బతుకంతా ఒడవని యుద్ధం చేసిన
అలసిపోని జాతి నేత్రమా
నీ నిద్రలేని రాత్రులే
మాకివ్వాల వెలుగు రేఖల్ని పంచుతున్నాయి
నిన్ను వెలివాడలకు కట్టేయాలనుకున్న
జంధ్యం పోగులు తెగిపోతున్నాయి
ప్రపంచం నీ ముందు మోకరిల్లింది
భూమండలం అంతా నీ పేరే మార్మోగుతుంది

ఎవడాపగలడు..?
నీ కీర్తి తేజస్సును ...!
ఎవడు దాయగలడు ?
మహోన్నత మానవతా శిఖరాన్ని !
చరిత్రను తొక్కి పెట్టాలనుకుంటే
అది ఉప్పొంగే నది !!

ఈ దేశ చిత్రపటం మీద
నీది చెరగని నీలి సంతకం
హింసతో కాదు గెలవాల్సింది
జ్ఞానముతోనని చాటిన తాత్వికుడా
నువ్వు మా కాలపు బుద్ధినివి

పీడితులకే కాదు పీడకులకు సైతం
హక్కుల్ని పంచి మనుషుల్ని చేసిన
ఆధునిక ప్రజాస్వామ్య రాజ్యమా...
ఖండాలు దాటిన నీ ఖ్యాతి
మా గుండెలు ఉప్పొంగేలా చేస్తుంది

చరిత్ర పుటల నిండా
మానని గాయాల గుర్తులు
వివక్షతల అనుభవాల ముళ్ళపొదలు
వర్తమానంలోను నీడలా వెంటాడుతున్న
నాలుగు పడగల బుసలు
రూపం మార్చుకున్న మనువుల కుట్రలో
వెలి వాడలు విస్తరిస్తున్నవి
తెగిపడుతున్న అవయవాల కల్లం
నెత్తురు కనిపించని హత్యాకాలం
సరిగ్గా ఇప్పుడు నీవు కావాలి
నిన్ను తలచుకుంటే చాలు...
సరికొత్త విద్యుత్తేదో
మా మెదడుల నిండా ప్రవహిస్తుంది
నీ మేధో మధనపు సారంలో
ఈ దేశం తడవాలి
నిచ్చెన మెట్లను కూల్చేందుకు
దగ్ధమైపోయిన కలలు

కొత్తగా చిగురు వేయాలి
స్వేచ్ఛ సమానత్వం సోదర భావం
ప్రతి గడపకు దక్కాలి
అంటూ లేని లోకం అంది వచ్చేవరకు
సమతా మమతలు వెల్లి విరిసే వరకు
నీ త్రోవకే ఈ జీవితాలు అంకితం
కులం కుళ్ళు తో నలుగుతున్న
ఈ దేశ విముక్తికి
నీ చూపుదువేలే కావాలి
నీవు తప్ప మార్గం లేదు
నీ అక్షరాన్ని మించిన ఆయుధం లేదు.

డాక్టర్ పసునూరి రవీందర్
7702648825

12.రాజ్యాంగం... ఆయన నెత్తుటి దీవెన

అంబేడ్కర్ నిన్నటి సూర్యుడు
నేటి సూర్యుడు
రేపటి సూర్యుడు కూడా

కులమనే విషం దేశ రక్త నాళాల్లోంచి
పారిపోయే వరకూ
తరిమికొట్టే నినాదం అంబేడ్కర్

కన్నీళ్లలోంచి చురకత్తులు మొలిచొస్తే
అతడే అంబేడ్కర్

తాను చేదు ఫలం మింగి
మనకు మధురఫలాలు పండించిన వాడు
అంబేడ్కర్

రాజ్యాంగం ఒక రాత ప్రతిక కాదు
భాయీ
అది ఆయన నెత్తుటి దీవెన వంటి
బహుజన గీతం

స్వరాలు కలగలుపుదాము రండి
అలల్లా దూసుకొద్దాము రండి

రాత ప్రతిని రక్షణ కవచం చేద్దాము రండి

యింద్రవెల్లి రమేష్
8639293560

13. నీలి ఆగ్రహం

రచ్చబండ వద్ద రంకులేసే కాలాన్ని
ఒక తన్ను తన్ని
అంబేద్కర్ విగ్రహం ముందు నిలబడినందుకా
వాళ్ళకీ ...ఆవేశం

ఆది ఆంధ్ర పేటలు ఆకలి మంటలు తీరడానికి
అయ్యా...బాబయ్యా.. అంటూ....
ఊడిగాలు చేసి తీరును దాటి పేటలు అంబేద్కర్ నగరాలుగా మారి
బానిస పిలుపును మరిచి
బాబా అని గర్వంగా పిలుచుకున్నందుకా
వాళ్ళకి ఆక్రోశం
ప్రపంచ శాస్త్రాలను మధించి
మేను మీద నీలిరంగు దుస్తులు ధరించి
ఎడమ చేత్తో శాస్త్రాన్ని పట్టుకుని
కుడిచేతి చూపుడువేలు తో శాసనాన్ని చేస్తూ
నాలుగు రోడ్ల కూడలిలో
నిలబడినందుకా
నీపై వాళ్ళకీ అసూయ
డాక్టర్ అంబేద్కరా ...భరతరత్నా...!
ఇక ఇప్పుడు
నీ విగ్రహాలు పేటలో, పొలిమేరలో కాదు
ఊరి నడిబొడ్డున నిటారుగా నిలబెడతాం
ప్రపంచానకి మానవహక్కుల దిక్కు నువ్వే.

రాం.

14. తల ఎత్తిన ఆకాశం

చీకటి జైలుకి
వెలుగు స్వేచ్ఛ –
అంటరాని వివక్షకు
సమతా రక్ష –
బానిస దండాలకు
హక్కుల ఎజెండా –
శ్రమశక్తికి
విలువల విముక్తి –
బహుజన
బతుకుల
నినాదం –
అట్టడుగుల
భవిష్యత్తు
ప్రవాహం –
ప్రజల అజ్ఞానం
తొలగించే
జ్ఞాన నేత్రం –
ప్రపంచ చలన సూత్రం –
ప్రశ్నల చిరునామా
అనేకానేక
హిందూ మత
దురహంకార
కులోన్మాద
చిక్కుముడులకు
కనువిప్పు
ఆ జన్మ –

ఇంటింటి తోరణం –
పల్లె పల్లెన ఎగసిన రణం –
జనం గుండె చప్పుడు –
ఈ యుగం
ఆత్మగౌరవ సూర్యుడు –
జ్ఞాన యోధుడు –
తలవంచని శిఖరం –
తల ఎత్తిన ఆకాశం –
మనకోసం అవతరించిన
భారతదేశ రాజ్యాంగం —

బండి రుక్మిణి ప్రసన్న
8985358149.

15. నీల్ సలామ్

నా పేటకు వెలుగైనవాడా...,
నీకు నీల్ సలామ్

నిన్ను తలవక
పూట గడవని అవకాశవాదం
ఖచ్చితంగా నిన్ను కోరుకుంటుంది
చేసిన ద్రోహాలు గాలికెగరేసి
హక్కులు దగ్గర మాత్రం
నీ పేరు నొక్కినొక్కి చెప్పుకుంటుంది
అడుగు కదపడానికీ ఊపిరి పీల్చడానికీ
నీ అక్షరం ఆధారమని ఎవరికి తెలీదు ??!!
అక్కున చేర్చుకోడానికి నువ్వక్కర్లేదని
వాళ్ళకు మాత్రమే తెలుసు

నిన్ను భుజాలపై మొయ్యందే
మెతుకు కానని బతుకులు
ఘడీల గేటుదాటి నిన్నెప్పుడు రానివ్వాలి !?
కాల్పానిక కథలను అభిషేకిస్తూ
కళ్ళముందు దేవుళ్ళను గమనించని దేశం
నిన్ను కళ్ళకద్దుకుంటుందని ఎలా
అనుకోవాలి !?
సోమరితనం శ్రేష్టమని విర్రవీగే సమూహానికి
చెమట గొప్పతనం
మట్టివాసన గుభాళింపూ
ఎందుకు రుచిస్తుంది ?!

ఏ ఒక్క కులమో గొప్పదనుకుంటున్నప్పుడు
అన్ని కులాల ఓట్లూ అడుక్కోవడం
నామోషి కాకపోవచ్చు
ఓట్లన్నీ సమానమైనప్పుడు
మనుషులంతా సమానం కాకపోవడం
ఇక్కడ ఎప్పటికీ ఓ సజీవ వైరుధ్యం

శంభాజీ చావూ
బలిచక్రవర్తి పతనం
ఝల్కారీబాయి సాహసం
నంగేలీ తెగువ ఇలాంటివింకెన్నో..,
సూర్యచంద్రులు చచ్చేంతవరకు
చరిత్ర అద్దంలో తలకిందులుగా
వేలాడే ప్రతిబింబాలు

చేసిన తప్పుల రంగుమార్చి
తెల్లచొక్కా నలగకుండ తిరగడం
వాడు మాత్రమే చదివిన పాఠం
నిజానికి అదే ఒరిజినల్ అలగాతనం

నీకందరూ కావాలి
ఊరందరికీ నువ్వూ కావాలి
అయినా ఎందుకు బాబా
పేటదాటి ఒక్క అడుగూ ఊరువైపుకి
వెయ్యలేకపోతున్నావు ??!!

బంగార్రాజు కంఠ
8500350464

16.రేపటి వైపుకు...

ఇప్పుడిప్పుడే
నీ పేరు పలకరిస్తున్నాం

కనులు తెరిచి నిను
తేరిపార చూస్తున్నాం

తెల్లవారు జామున
మస్జిద్ లో అజా వినిపిస్తున్నప్పుడు
నీ విగ్రహం పక్కన నిల్చొని సెల్ఫీ దిగుతున్నాం

గుండె గాయాల్ని తడుముకుంటూ
గుంట నక్కల్ని తరుముకుంటున్నాం

నాలుక మీద
నాలుగు అక్షరాల్ని చెక్కుకొని
తెగిన పేగుల్ని కుట్టుకుంటున్నాం

పడగ్గదిలో ఓ మూలన పడేసిన
ముత్తాతల చిత్ర పటాన్ని దుమ్ము దులిపి వరండాలో
ఆవిష్కరిస్తున్నాం

నీ చూపుడు వేలును పట్టుకొని నడుస్తూ
గొంతులు సవరించుకుంటున్నాం...!

సాబిర్

9154705556

17. వెలుతురు దివిటీ అతడు

నైరాశ్యం ఆవహించిన జీవితాలకు
అతడో ఉద్యమ దీప్తి

చీకట్లు కమ్మిన బతుకులకు
అతడో వెలుతురు పువ్వు

మూఢ విశ్వాసాలతో కునారిల్లిన వ్యవస్థపై
అతడో తిరుగుబాటు బావుటా

ముళ్ళ బాటలో నడుస్తూనే
తన వారికి
పూల దారులు పరచాలని కలగన్న త్యాగమూర్తి

బాల్యం నుంచే
తన కలలకు పునాదులు తవ్విన వైజ్ఞానికుడు

అంటరానితనం నశిస్తేనే
సమాజోద్ధరణ అనుకున్న అపర వైతాళికుడు

చదివించు
సమీకరించు
సంఘటించు అనే త్రిశరణాలే
ఆయుధాలని గానం చేసిన ధీరుడు

వెలి బతుకులకు రాజ్యాంగమనే
ఉప్పోస అందించిన మేధావి

అతడే అంబేద్కరుడు
భీమ్ నినాదమై వెలుగొందుతున్న ఆదర్శాల
చక్రవర్తి

ప్రతి మనిషికీ హక్కులు కల్పించి
అందరూ సమానమన్నాడు

అంతా బాగుంది
చట్టాలు అమలవుతున్న తరుణం

పురోగమించే దేశమెందుకో అకస్మాత్తుగా
తిరోగమిస్తోంది

విశ్లేషించి గర్జించే అంబేద్కరుడిపుడు లేడు
వేయి తలలు వేసిన కులోన్మాదాన్ని
తుడిచిపెట్టే కాంతి రేఖ కావాలిపుడు

మత మౌఢ్యానికి అడ్డుకట్ట వేసే
నయా అంబేద్కరులు పుట్టుకు రావాలి

అంబేద్కరా..!
నీ జయంతి సాక్షిగా
భీమ్ మీమ్ నినాదాలతో
దద్దరిల్లాలీ జగతి

నీ నామస్మరణతో
డప్పుల దండోరా మార్మోగాలి

నస్రీన్ ఖాన్

9618683519

18. యోధుడా...! నీకు వందనం

వివక్షల విషనాగుల మధ్య
విచ్ఛిన్నమైపోతున్న మానవత్వపు
శకలాలను పేర్చుకుంటూ
జీవచ్ఛవాలై సాగుతున్న
అణగారిన జనం బతుకుల్లో
చైతన్యపు వెలుగుల్ని నింపి
జవసత్వాలను అందించిన
బోధిసత్వుడా నీకు వందనం !

శ్రమజీవుల్లో దాగిన కులవిభజన గుట్టువిప్పి
బ్రాహ్మణుల కుట్రలను కళ్ళకు కట్టించి
పీడితులంతా ఒకటై నడివీధిన
మనువాదాన్ని తగలబెడితేనే
అది మనిషితనానికి మణిదీపమని
కుల నిర్మూలనే అందుకు సాధనమని
నిర్దేశం చేసిన అక్షర సాయుధుడా
నీకు నీలి వందనం...!

ధమ్మమే మార్గం సమతా సంఘమే గమ్యమని
జీవితపర్యంతం మనువాదుల దురన్యాయాలపై
ఎలుగెత్తి మహావృక్షమై నిలచి పోరాడి
స్వేచ్ఛ..సమానత్వం..సౌభ్రాతృత్వంతో
దేశ ప్రజలకు రాజ్యాంగాన్ని రూపొందించిన
నవభారత నవయాన అవిశ్రాంత బాటసారి
ప్రపంచ జ్ఞాన యోధుడా.. నీకు వందనం..!

బెందాళం క్రిష్ణారావు
7306434888

19.నేత్రశిశువు....

దుఃఖ తీరం అవల
చివరాఖిరి కన్నీటి చుక్క.
కడబంతిలో విరిసిన
వేయి స్థాణువుల పిడికిలి.

ఆకలి, అవమానం సరే
మానవులే అతని నేత్ర శిశువు.
అనంతమైన వెలుగు కోసం
తనువు, మనసు గాయపరుచుకున్న
అనాది వివక్షకుడు

భూగోళపు శిరస్సున
ఉదయించే వేకువ వర్ణం

దారిలో దిక్కులు చూస్తున్నప్పుడు
నేనున్నాను అనే భరోసా.
అనేక చేతుల కలయిక కోసం
జీవితమంతా అన్వేషణ.

ఎలా బతికాం
 అన్నది కాదు
ఆకలి గిన్నెలో
కులం మరక తొలగిందని
ఒకానొక చంద్రోదయం నీడ
అంటరాని దేహంపై తారాడిందని.

మారుతున్న
రంగుల అర్ణవంలో
అతని చిరునామా శాశ్వతం

అరసవిల్లి కృష్ణ
92472 53884

20. బాబాసాహెబ్ ...

కాట్ల కుక్కల ఛిద్ర నృత్యాన్ని
అడుగు అడుగుకు పెరిగే
జ్ఞానానికి అజ్ఞానానికి మధ్య
కుల నాగులు రగిల్చిన
సం'కుల' సమరం కోరలు పీకే కాలం

ఏ దిక్కుకు తిరిగినా పెనుభూతమై
వెంటాడే కులాన్ని నిర్మూలించాలన్న
మీ పిలుపుకు చితిమంటలేస్తూ
రాజకీయ వికృత క్రీడలకు
వెన్ను దన్నుగా నిలిచే విద్రోహ
విభీషణుల విచిత్ర విన్యాసాలకు
కాలం చెల్లింది

బాబా.... బాబా సాహెబ్ ...

మీరధిరోహించిన
విజ్ఞాన శిఖరాలు
మీ విరచిత విముక్తి
సిద్ధాంత గ్రంథాలు
మీ అక్షర రుధిరంతో నిర్మితమైన
రాజ్యాంగ సోపానాలు
మీ చూపుడు వేలు సాక్షిగా
మమ్మల్ని నడిపిస్తూనే ఉంటాయి

ఆ నీలి ఆకాశంలో వెలిసే
సూర్యోదయం వెలుగులో
మీదైన నీలి ప్రపంచాన్ని
ఆవిష్కరించే వరకూ విశ్రమించం

పి. మురళికుమార్

93978 73331

21. ఆకాశమంత అవకాశం

నీటిచుక్కలు తాగలేక
కన్నీటి చుక్కలు తాగిన అనుభవాలెన్నో,
ఊపిరిని పీల్చుకోలేక
ఆత్మాభిమానపు ఊపిరిని
ఆపుకున్న సందర్భాలెన్నో,
మట్టిలో కలిసిపోయినా
ఏ మూలకో నెట్టివేయబడ్డ
అవమానపు అవహేళనలెన్నో,
నిప్పులా నిలబడినా
కాలిపోయి బూడిదైన వెతలెన్నో,
మనుషుల మధ్య ఉంటూనే
మనుషులమని మరిచిపోయిన
అసమానతల సమయాలెన్నో!

ఆకాశమంతా అవకాశాన్ని
అరచేతిలో నిలిపిన జ్ఞాన జ్యోతి
ప్రతి కంటిలో ప్రతి గుండెలో
కొత్త వెలుగును పంచి వెళ్ళింది,
కోటగోడలన్నిటినీ పిట్టగోడలుగా కూల్చేసి
పచ్చని నేలతల్లిని కంటికి చూపి
బతకడానికింత చోటిచ్చి వెళ్ళింది!

ఇప్పుడు బతుకంటే
ఆనాటి త్యాగాల కృషి ఫలితమే,
ఇప్పుడు నిలబడ్డామంటే

ఆనాడు వేసిన పునాదుల ఫలితమే,

ఒక్కరి జీవితం
అందరి జీవితాలకు
రహదారిని చూపింది,
ఒక్కరి జ్ఞానం
అనంతమైన జ్యోతులను వెలిగించింది!

పుట్టి గిరిధర్
9494962080

22. యుద్ధం చేస్తున్నట్టు

నల్లని చర్మం కింద మేల్కొన్న
నెత్తుటి దీవిలో
అక్షరాలు కవాతు తీస్తున్న దృశ్యం
పదే పదే కలవరపెడుతుంటే
చరిత్రదూది బెజ్జంలోంచి
వొకానొక ఉత్తుంగకెరటం
తలెత్తుకుని నిటారుగా నిల్చుంది

అక్షరాన్ని నమ్ముకోవడమంటేనే
యుద్ధం చేస్తున్నట్టు లెఖ్ఖ

దేశం దేహంపై అతని చేతివేళ్ల నడక
అజరామరం

బాలసుధాకర్ మౌళి
+91 95056 46046

23. చూపుడు వేలు ....

అస్పృశ్యవాడలో అక్షరం పుట్టింది
'అంటు'నేర్చిన కంఠాలకు తాళాలు బిగించి
విజ్ఞాన వృక్షమై విస్తరించింది!
ఊరి చివరి గుడిసొకటి విద్య నేర్చింది
వెక్కిరించిన నోళ్లు మొక్కి తరించేలా
జ్ఞాన సాగరమై ప్రవహించింది!
తరిమి కొట్టిన నేల తలను వంచింది
బుసలు కొట్టిన గాలి జోల పాడింది
అక్షరం అంతర్నేత్రమై
అంటరాని బతుకులకు ఆసరా అయింది
ఇప్పుడా అక్షరం దారి దీపమైంది
ప్రపంచాన్ని శాసించే పుస్తక
పుటలుగా మారింది
దిశానిర్దేశం చూపించే చూపుడు వేలై నిలిచింది
నగరం నడిబొడ్డున శిఖరమై నిలబడింది
ఆత్మగౌరవ నినాదమై ఆహ్వానం పలుకుతోంది!
రండి...
అక్షరాన్ని మనసారా ఆహ్వానిద్దాం!
చేతిలో పుస్తకంగానో జేబులో పెన్నులానో మారి
చైతన్యగీతాన్ని ఆలపిద్దాం
తలదించిన నేలమీదే
తలెత్తుకుని సగర్వంగా నిలబడదాం
అక్షరాన్ని బతికించడానికి చేయీచేయీ కలుపుదాం!

డా. జడా సుబ్బారావు

98490 31587

24.కాంతిరేఖ

దళిత వాడలో పుట్టి
బడికి దూరంగా
గుడిలో ప్రవేశమే లేక
కుళాయి నీళ్లే ఆధారంగా
వీధి దీపముల కింద
విద్యా గంధము నేర్వగా
జ్ఞాన సంపన్నుడై
విశ్వఖ్యాతిని పొందగా
వేల వేల భారతీయులు గర్వంగా
నిన్ను కొనియాడగా
రాజ్యాంగ నిర్మాతగా
నీవు వెలుగొందగా
ఆ వెలుగులో భరతమాత మురియగా
అతిపెద్ద రాజ్యాంగాన్ని రచించావు
అగ్రవర్ణాల ఆటలు కట్టించగా
సర్వమత సమానత్వాన్ని చాటుతూ
దళితుల పాలిట కాంతి కిరణమై
భగభగ మండే భానుడిగా ప్రకాశిస్తూ
దేశానికే వన్నె తెచ్చిన ఓ అంబేద్కరా
భరత జాతి రుణపడ్డది నీకు....

పత్తెం వసంత

77803 92055

25. అదిగో....

నల్లటి చీకటి పలకలాంటి మేఘంమీద
చూపుడు వేలితో
అక్షరం రాసిందు

ఎప్పుడో నెత్తుటి మడుగులా
ఒడ్డుమీద చేప పిల్లలా
కొన ఊపిరిలో కొట్టుకుంటున్న
బొటన వేలు అన్వేషణకు
అక్షరం దారి దీపమైంది

వేళ్లు ఆనవాళ్లు దొరకలేదు
కుట్ర దారుడి జాడ దొరికింది
ఎన్నో చేతుల వేళ్ళు
వేల పిడికిలి సూర్య తోటకు
మాలి దొరికిందు

నిషేధ మట్టికి కొత్త జెండా దొరికించి
ఇప్పుడు నింగి తాకిన నిలువెత్తు జ్ఞానరూపం
దేశం నడిబొడ్డు మీద నాలుగు దిక్కులా
వెలుగు వికసించిన
విశ్వాంతర క్రాంతి
అదిగో
అంబేడ్కర్.....

జనజ్వాల
9949163770

26. వెలుగు రేఖ

పీడిత తాడిత బడుగు జీవుల పెన్నిధి
కడు బీదల నిరుపేదల కరుణానిధి
మా బాబా సాహెబ్
తరం తంతెల అగ్రవర్ణం మాయెల్లగక్కి
వెలినే వెలేసి దాసత్వం నుంచి ముక్తికై విముక్తి కై
మోడు బారిన బీడు బతుకున
మోగిచ్చిన మోదుగు
మా బాబా సాహెబ్

అనాది నుండి అంటారాని వారై
ఊరికి దూరంగా తరుమబడి
ఎదురు తిరిగేందుకు భయపడి
బానిస బతుకు లతో అల్లాడి
దిక్కు దాపు లేక చిల్లాడిన
విగత జీవుల చెదిరిన బతుకుల నుంచి
ఇగురించిన వెలుగు రేఖ
మా భారతరత్న
కాటెక్కిన కులంకుండను కపిష్కతో గీకి గీకి
మందినంత పోగేసి మనువాదం తగలేసి
బోధించి సమీకరించి పోరుబాటను చూపిన
కలియుగ మా యుగ ప్రవక్త
భీమ్ రావు అంబేద్కర్...
ఓ జ్ఞాని విశ్వంతరాల్ని మెమరేసిన విదుషీమణి
ఎట్టి నిర్మూలనకై కులం తుట్టెను కూల్చిన నిన్న
జాతి స్వేచ్ఛ పిపాసివి
అడుగంటిన వర్గంలో చైతన్య దీప్తి రగిలిస్తూ
మనువాదుల గుండెల్లో కంటకమై నిలుస్తూ
కడవరకు కడజాతి మేలెంచిన దళిత సూర్యుడా
నీ ఆశయం మా గమ్యం సాధించుట మా
ధ్యేయం మీ నీడలో
మీ అడుగుజాడలో పయనించే తరతరాలకు
నీవే ఆదర్శం నీ మార్గం చైతన్య అమృత
కలశం..

భూతం ముత్యాలు
78930 33077

27. ఎడారిలో నది

వేల వేల సంవత్సరాలుగా
అణిచివేయబడ్డ బానిస బ్రతుకుల్లో
ఉవ్వెత్తున ఎగజిమ్మిన లావా అతడు.
చిమ్మ చీకటిలో చిదిమి వేయబడ్డ జాతికి
వెలుగు నక్షత్రాలు పూయించినవాడు.
ఛీత్కారాల తో ,చీదరింపులతో
వెలివేయబడిన నిస్సహాయులకు విజ్ఞాన
దివిటీలు వెలిగించినవాడు .
అంటరానితనపు,
అమానుషత్వపు
విషపుపడగల్ని
తన అపారమేధా సంపత్తితో
తెగనరికిన వాడు.
మొలకు తాటాకు కట్టి
చేత చెంబుపట్టి నడిచే
దీనజాతి ముళ్లకంపల్ని పెరికివేసి
ఆత్మస్థైర్యపు పూలబాటను పరిచిన వాడు.
అవమానాలతో, అవహేళనలతో
కుంచించుకుపోయినవారికి
మండే నెత్తురు ఎక్కించిన వాడు.
వికృత చేష్టలతో,కర్కషపు మాటలతో
హింసించే కుసంస్కారులపై జ్వలించే
బాణాలు సంధించినవాడు.
కులాల కుళ్ళు,రొచ్చు,
మతాల పెత్తనం, దోపిడీ కరుడుగట్టిన
విద్వేషపు జాడ్యం
అణువణువునా నిండిన గర్విష్టులకు
గర్వభంగం కలిగించినవాడు.
ధర్మమన్నదే లేని మను ధర్మాన్ని
ప్రశ్నించిన మొనగాడు.
సరికొత్త ధర్మ శాస్త్రం రచించి
దీనజాతికి విముక్తినిచ్చినవాడు.
జీవచ్ఛవాలైన ఎడారి బతుకుల్లో
జీవపు ఊటలిచ్చి ఆనందపు నది
ప్రవహింప జేసిన వాడు.

వి. ఉమామహేశ్వరి

28. ఒక నీలి జెండా నీడన

దగ్గిర్లోనే సెరువుంటది,
పక్కనే గొంతెండిన బత్కులు కొన్నుంటయ్,

ఆరిన మాగాణి బురదలో
కవాటేస్కున్నా అలింగానంత
వొరిదుబ్బులు కంకులీనతాఉంటై.

ఆ పక్కనే గెనుంమీద కూకోని
పిట్టల్ని తోలే వొడిసెల తాడు పేనుకుంటా
బొబ్బలెక్కిన కొన్ని జతల సేతులుంటై,

ఊరిమద్దెన ఎక్కాల సంద్రాలయ్యే
పెంకుపంచలో,
డాబాలో, సావిడులో, గడిపంచలో ఉంటై,

దారి పక్కన ఊరిబయట
సినిగిన గోతాప్పట్ట సంచితో జారిపోతన్న
బొక్కల సొక్కా లాక్కుంటా గుడిసెలోకి
ఉరకలెత్తే గుంపొకొటి ఉంటది.

కాన్రాకుండా గీసిన గీతలో,
ఇన్రాకుండా గుసగుసగా
పొగబెట్టేమాటలో,
మంచినీళ్ల బాయికాడ
ఏసిన ముళ్లతీగ కట్టలో,

ఏవో, కొన్ని తరాలపాటు
ఊర్ని ఇట్టాగే బొమ్మకట్టి ఉంచినాక,

సదువుల సంత లోంచి లెగిసిందో
నీలిరంగుజెండా.

ఎవుడూ రాయడహే!
అనిందా జెండా.

అప్పుట్నించీ
బతుకులలోకి ఎన్నెల ఎలుగై
పారతానే ఉందా జెండా.

దాన్ని ఎగరేసుకున్నంతకాలం
రంగు రంగుల కండవాల కు
గుండెల్లో సెదులుబడతానే ఉంటది.

మన్లని మనవే రాసుకోవలబయో
అని ఆ జెండా సెపతానే ఉన్నంతకాలం

దీనెయ్య
సమున్నతంగా నిలబడి సూపుడేలుతో
సూరీడవుతానే ఉంటది నీలిరంగు జెండా.

రవికుమార్ కోసూరి

29. నువ్వే లేకపోతే

నువ్వే లేకపోతే
బతుకింకా బానిసత్వం లోనే మగ్గేది
నా మొలకు కట్టిన తాటాకు ఇంకా ఊరిని
చిమ్ముతూనే ఉండేది.
ఊరుమ్మడి బావిదగ్గర దోసిళ్లతోనే
నేనింకా దాహార్తిని తీర్చుకునే వాడ్ని...

నువ్వే లేకపోతే
చెప్పులు కుట్టుకుంటూనో
సావు డప్పులు కొట్టుకుంటూనో
ఊరి చివరనే విసిరేయబడి
అంటరాని వాడ్నిగానే ఉండే వాడిని

నువ్వే లేకపోతే
తరతరాల తారతమ్యాలన్నీ
తలపాగాలా చుట్టుకుని
నాలుగు ఎంగిలిమెతుకుల కోసం
అంగలార్చుకుంటూనే ఉండే వాడ్ని....

నువ్వే లేకపోతే
పుట్టుకే శాపంగా
నా నుదుట బహిష్కృత నామాన్ని రాసి
మనువు ఆడే ఆటవిక జూదంలో
నన్నొక పావును చేసి
నయవంచక ఎత్తులతో కుత్తుకలు తెగ్గోయబడే
వాడ్ని..

నువ్వే లేకపోతే..
నాలుగక్షరాలు నేర్వకుండా
నా మెదడు చైతన్య రాహిత్యమై
ఇంకా వెలివాడల్లోనే మా బతుకులు తెల్లారేవి....

నువ్వు ఉన్నావు కనుకనే
ఊరి నడిబొడ్డున నీ చూపుడు వేలు
మా బ్రతుక్కు మార్గమైయింది..
ఉదయించే ప్రతీ వేకువకి
నీ పేరే ఒక శాసనమైయింది....

అమ్మా నాన్నా జీవితాన్నిస్తే
అంబేద్కర్ మా బతుకునిచ్చాడు
మా గుడిసెల్లో మా గుండెల్లో
సూర్యుడంతటి వెలుగునిచ్చాడు...

నబి కరీమ్ ఖాన్
+91 99859 82292

30. అంబేడ్కర్ ధిక్కారం

తూర్పు దిక్కున ఉదయించిన
సూర్యుడు అంబేడ్కర్

అరచేతులు అడ్డుపెట్టి
లోకమంతా చీకటిని
చీల్చుకుంటూ బయటకొచ్చిన
వీరుడు అంబేడ్కర్

అక్షరంతో నిలువెల్లా
రాజ్యాంగ రచన స్ఫూర్తి అంబేడ్కర్

స్వేచ్ఛ కోసం పోరాడిన
స్వేచ్ఛ పిపాసి అంబేడ్కర్
మహిళలు రక్షణ ,సంక్షేమ
క్రాంతి ప్రధాత అంబేడ్కర్

దళిత, బహుజన జాతుల స్వరం అంబేడ్కర్
ప్రపంచం చూపుడువేలు చూస్తోంది
దేశం అంబేడ్కర్ అంబేడ్కర్ అని నినాదిస్తోంది
ఇప్పుడు తూర్పున
నీలి సూర్యోదయం పేరు అంబేడ్కర్....

డా. ఘంటా విజయ కుమార్
7095219925

31. బాబాసాహెబ్ అంబేద్కర్

చిన్నప్పటినుంచి
అంబేద్కర్ అంటే ప్రేమ
ప్రేమంటే ప్రేమికుల మధ్యనే ఉండాలా
విరహ గీతాలే
ప్రేమకు పర్యాయ పదాలా?

ఇద్దరి ప్రేమికుల మధ్య
వాళ్ళు కోరుకున్న జీవితం
పండిందోలేదో కానీ..

నాజీవితాన్ని
అరచేతిలో పండిన గోరింటలా
నా తరాలకిచ్చిన వొక వరమని
అది అంబేద్కరనే ధైర్యాన్ని
నా గుండెకు పంప్ చేస్తుంటాను..

పచ్చని గడ్డిలో
పసిరిక పాముల్ని కనిపెట్టడం
అంబేద్కరిజం నేర్పింది
యేటి వాలుకి కొట్టుకుపోకుండా
కొండలా నిలబడే గుణం
నాలో వొంపింది..
అంబేద్కర్ ని తలుచుకుంటూ
నిద్రపోతాను..

లేవగానే తలొంచి
వెలుగు సూరీడు రశ్మిని
వొళ్ళంతా పూసుకుని
యుద్ధంగా మారిపోతాను..

ఇప్పటికీ నా తల
ఏ వ్యామోహానికి
తాకట్టు పడలేదు
నా తలలో ఎగిరే జెండా
అంబేద్కరిజం ఐనప్పుడు
నాలో ఆత్మగౌరవం
శిఖర సమానమై పొగరుగా
ఎగురుతూనే ఉంటుంది..
జైభీం అంటే..
వొట్టి నినాదం కాదొరే..
శత శతుగ్నుల
హోరు..
బక్కపల్చటి మనుషుల్ని
పిడికిలి గా మార్చే
పరమాణు శక్తి

నేలపూరి రత్నాజీ
8919998753

32. అతనొక్కడు మాత్రం

అందరూ
సముద్రాల లోతు గురించే మాట్లాడతారు
సంద్రం లో ఎంత నీరు ఆవిరిపోతే ఏం
రాలిపోయిన పూల జాబితాని
ఏ చెట్టూ రాసిపెట్టుకోదు
ఎవరు ఉంటేనేం
ఎవరు పోతేనేం

దేశం ఒక్కతాటి పైకొచ్చినా
ఒక్కరూ కులం గాయాల గురించి మాట్లాడరు
మతం ప్రాణం తీస్తున్నా పెదాలు నిశ్శబ్దాన్ని
పాటిస్తాయి
శాంతి సహనం వెనక కూడా కుల గోత్రాలు
నిలబడి కట్టడి చేస్తాయి

అతనొక్కడు మాత్రం
విడువబడిన నల్ల చర్మాల కోసం
తపన పడ్డాడు
నడుస్తున్న మేర కాళ్ళకి చెప్పులు తొడిగాడు
ఆకలి, అవమానాల చరిత్ర ఉన్న
దీనులకోసం హక్కులు రాసిపెట్టాడు
సాంప్రదాయపు చెదలు పట్టిన రాజ్యాన్ని
తన మాటల నిప్పుతో కడిగి శుద్ధి చేశాడు

ప్రపంచపు ఆకాశం నిండా విస్తరించి ఉన్న
నీలి సూర్యుడతను
తన జాతి ప్రజలకోసం
తాను రాసిన వీలునామాగా భారత
రాజ్యాంగం రాసుకున్న ధన్యజీవి

ఇకపై ప్రతీ చర్య లెక్క వేయబడుతుంది
బాధిత నోళ్ళన్ని జై భీం అని నినదిస్తాయి
నీలి జండాని హత్తుకుని
అంబరాన్ని ముద్దాడతాయి

అనిల్ డ్యాని
97033 36688

33. బహుజన బంగాళాఖాతం

శతాబ్దాల చీకటి న్యాయాల నొసటి పై
చూపుడువేలును ఎక్కుపెట్టిన జ్ఞాన యోధా!

గిడసబారిన మెదళ్లకు
నువ్వెప్పుడూ ఫలానావే కానీ
యావత్తు ప్రపంచం నీ ఆలోచనా వెలుగులో
ఆత్మాభిమానపు దారుల్ని చదువుకొంటోంది

దోసెడు నీళ్లకై చేతులు సాచిన దోసిళ్ళలో
అంటుబుద్ధిని కక్కిన మురికినోళ్లు మూయించి
మహాద్ చెరువు సాక్షిగా
మాడు పగలగొట్టితివి గదా
నేలబొడ్డుపేగు బతుకుల్లో
అంటరాని చీకట్లను పారద్రోలిన
మా ఇంటిదీపమా.!

యీ మట్టిపై పుట్టినోళ్ళను
ఆకలిపురుగే కాదు
అవమానాల విషపురుగులు కూడా
కాటేస్తుంటాయని
కాలం నుదిటిమీద సత్యాన్ని రాసి

యుగాల కుట్రల గొడ్డళ్లతో
వెన్నెముక విరచబడ్డజాతికి
ఆత్మగౌరవాన్ని అంటుగట్టి
'కులపు 'మొక్కల్ని తవ్వితీసి
మానవత్వ సాగుకై తపించిన తండ్రీ.!
నీ కోటు గుండీలమీద ఒట్టు
ఎర్రకోటపై మన నీలిజెండా ఎగరేయడానికి
నిత్యం నిన్ను చదువుకుంటూ
మాలో స్ఫూర్తి వాక్యాలు రాసుకుంటున్నాం

ఎన్ని ఆధిపత్యపు గుంటనక్కలు,
విద్వేషపు తోడేళ్లు ఎన్నెన్ని ఎత్తులు వేసినా
నువ్వు నిర్మించిన రాజ్యాంగపు కంచుకోటలో
దేశమెప్పుడూ భద్రమే.!
మా బహుజన బంగాళాఖాతమా.!
ఈ పెనుమంటల ద్వేషాన్ని
జైభీం అంటూ ఆర్పేస్తే
మన దేశమెప్పుడూ భద్రమే.!

పల్లిపట్టు నాగరాజు

34. ది గ్రేటెస్ట్ ఇండియన్...!

ప్రభువెక్కిన పల్లకీలు మోయకుండా
భారతీయతనూ
బాధ్యతగా మోసినవాడతడు
చూపుడు వేలును
నిటారుగా సంధించి
అంటరాని భావాల్ని
కూకటి వేళ్ళతో పెకిలించి
వెలివాడలనుంచి
ఉదయించిన ఉదయార్కుడతడు

పట్టిన పట్టును విడవ కుండా
పట్టా పట్టాకు పుటం పెట్టుకుంటూ
అపర మేధస్సును అంటుగట్టుకుని
ఎదిగిన మహా వృక్షమతడు
అలు పెరగని విక్రమార్కుడతడు

రాజీలేని పోరాటం తో
రాజకీయ అర్థశాస్త్రాన్ని
అవలోకనం చేసుకున్న
అకుంఠిత రాజ్యాంగ శిల్పి అతడు
చీకటి శిక్షాస్మృతుల నుంచి
దీనులను రక్షించుకుంటూ
అట్టడుగు వర్గాలనుంచి.. వర్ణాలనుంచి
ఓ వెలుతురు బాకు నెత్తుకుని
పరిప్లవించిన భౌద్ధ బుద్ధుడతడు

చెరువు నీరు దక్కని
అస్పృశ్యతా ఆనవాళ్లను
నిలదీసిన అక్షర పీఠిక అతడు

భావితరాల భవిత కోసం
చైతన్యపు జండాల్ని
అజండాల్ని లిఖించి ఎత్తుకున్న
"భారత రత్న" అతడు

ఆయనే మన
భీం రావ్ రాంజీ అంబేద్కర్
ది గ్రేటెస్ట్ ఇండియన్ ...!

డా. కటుకోర్ఘ్వుల రమేష్
9949083327

35. అంబేడ్కర్

అసమానతల ఛత్రాన నలిగి
అత్యున్నతమైన చదువులు చదివి
భరతమాత మెడహారమై మెరిసినారు

ప్రజల హక్కుల రక్షణలకి తావిచ్చినారు
ఎంత ఎదిగినా తాను ఒదిగుండినారు
మహోన్నతమైన ఆదర్శాలతో ముందు
నిలిచినారు
జీవితమంతా బడుగుల బతుకులకై
పోరాడినారు
స్త్రీల స్వేచ్ఛకై మొదటగా నిలిచినారు
మీ చదువులు నేటికీ ఎవరూ చదవని ఘనతలో
మిగిలినారు
పుంభావ సరస్వతిగా మెరిసి మురిసినారు.

మానవత్వం మసైపోయిన రోజులు
సాటి మనిషిని దూరముంచిన దుశ్చర్యలు
దగా పడిన లోకంలో జీవితమీడ్చిన ఘనులు
తన జాతి రక్షణకై నడుంకట్టిన యోధులు
కష్టాలనే ఇష్టాలుగా మలచుకున్న
రధసాధకులు
కాదన్నవారిచే జేజేలు కొట్టించుకున్న
అసామాన్యులు

రాజ్యాంగ నిర్మాణంలో సాటి మేటి ఘనుడు
దళితుల జీవితాన వెలుగు కిరణమతడు
దశాబ్ధాలు మారినా మార్చలేని రాజ్యాంగ
నిర్మాతడతడు
అస్పృశ్యతలో మగ్గి జీవితపాఠాలు నేర్చినాడు
రాబోవు తరాల దళితులందరకూ వెలుగు
పంచినాడు
సమాజ రుగ్మతలను రూపు మాపిన ఘనునికి
నివాళులు

ఉమామహేశ్వరి యాళ్ళ

36. ముసుగు తొలగిద్దాం !

ఆతడు పొందిన
దెబ్బలచే పాప విమోచన జరుగునని
బైబిల్ వాక్యాన్ని భుజానికెత్తుకున్న
బహు'జనాంగమా"నీకై జీవిత సర్వస్వాన్ని
ధారపోసిన బాబా సాహెబ్ బాటలో ఎప్పుడు
నడుస్తావు?

కొండలు గుట్టలు గుడులు గోపురాలు
గిరికీలు కొడుతూ పొర్లు దండాల
దండకాలు బహు పసందుగా పండించే
ఓ బహు'జనాంగమా"నీకై భార్యాబిడ్డలని
బాలియాగం చేసిన బాబా సాహెబ్ బాటలో
ఎప్పుడు నడుస్తావు ?

ఊపిరున్నప్పుడు ఒక్కసారైనా మక్కా మట్టిని
ముద్దాడి మురిసిపోయి మహిమాన్విత
మూర్తి స్పర్శ చూరగొనాలని అఱ్ఱులు చాచే
ఓ బహు'జనాంగమా మీ హక్కులకై నిద్రలేని
రాత్రులను ఉపవాస దీక్షలను గడిపిన
బాబా సాహెబ్ మనోగతాన్ని ఎప్పుడు
అందిపుచ్చుకుంటావు ?

ఈ మట్టిలో పుట్టి ఈ మట్టిలోనే పరాయి
జీవన బంధనాలలో చిక్కుకున్న
మనందరికోసం ప్రాణం పెట్టిన ఈ నిజలోక
తండ్రి వాంఛలు ఫలించగా మనం ఇప్పటికైనా
మన మనసుకు తొడుక్కున్న ముసుగులు

తొలగిద్దాం
మేల్కొని బాబా సాహెబ్ బాట నడుద్దాం
లేదంటే
ఏ చరిత్ర మనల్ని క్షమించదు క్షమించదు !!

రాజా దంతం
97017 15697

37. అంబేద్కర్ పట్టుదలే ఆయుధం

పుట్టినది దళిత కుటుంబంలో
చదివింది వీధి దీపాల వెలుగులో
అంటరాని వాడు అని వెలివేసిన
చేతులు రచించాయి భారత రాజ్యాంగము

అంచెలంచెలుగా ఎదిగిన
అపర మేధా సంపన్నుడు
దళితుల జీవితాల్లో వెలుగులు
భారతదేశ ఆశాజ్యోతి అతడే

నేడు చదువులు ఉద్యోగాలు
అందరికీ అందుబాటులోకి
తెచ్చిన మహోన్నత వ్యక్తి
అతను ఒక వ్యక్తి కాదు మహాశక్తి

పట్టుదలతో కృషిచేసిన ఘనుడు
తెలివితేటలు ఏ ఒక్కరి సొంతం
కాదని నిరూపించిన అపర జ్ఞాని
అందరికీ ఆదర్శంగా నిలిచిన మహానుభావుడు

కులమతాలు కూటికి గుడ్డకే కాని
జ్ఞానానికి కాదు అని చాటి చెప్పిన
మహోన్నత వ్యక్తిత్వం మన అంబేద్కర్ది
ఆయనను తలచుటే మహా భాగ్యము

బొందిలి విజయలక్ష్మీ బాయి
94414 36684

38. అంటరాని సూరీడు

వెలివాడే చిరునామాగా
నీ శిలా విగ్రహాల స్థాపన
అభినందనీయమే
కులంపేరే దూషణవాచకంగా
కాలం పుటలనిండా అణచివేతల మరకలే
చదువుల నదిలో స్నానం చేస్తుంటే
మైలపడి పోతుందని ప్రవాహాన్నే
మళ్ళించినపుడు
వీధిలో అడుగుపెడితే
అంటుపడి పోయిందని
శుద్ధినీళ్ళు చల్లినపుడు
అవమానాగ్ని గుండంలో రగిలిపోతూ
పుటం పెట్టిన బంగారంలా మెరిసిపోయావు
అక్షరాల కిరణాలను సానబెట్టి
అపర జ్ఞాన భాస్కరుడివై
జాతికి వెలుగులు పరిచిన
ఆత్మగౌరవ పతాకమా!
ఇప్పుడు అయినా
కారంచేడు కంచికచర్ల
చుండూరు లక్షింపేటల
గాయాలు కొనసాగి
రోహిత్ మరణమృదంగ నాదాలు
మహిళలపై అత్యాచారకృత్యాలు
దళితజాతి ప్రజలవీపులపై
కొరడాదెబ్బలై
చుర్రుమని చర్మం రేగిపోతున్నపుడు
నీ సిద్ధాంతాల ఆచరణ పావురాలను
ధరిత్రిలో సర్వత్రా ఎగరేయాలి గదా!
అప్పుడు గదా
నీ ఆశయం సఫలీకృతం!

మందరపు హైమవతి
9441062732

39. కొత్త ఉదయాల్లోకి...

కొన్ని తెల్లని ఖద్దరు చొక్కాలు,
ఇంకొన్ని గాంధీ టోపీలు వింటూ
పొగడ్తల హోరులో వుప్పొంగిపోతుంటారు
మోహనరాగంలో వన్నెచిన్నెలు పోతుంటారు
గానీ –
చిమ్మచీకటి ముసురుకున్న
అశక్తుల కన్నీళ్ళు మొద్దుబారి
నిట్టూర్చడం గమనించరు.

కీర్తికాంక్ష,రాజ్యకాంక్ష,అధికారభోగం –
ఏదైతేనేం అన్నీ కలగలిసి
కొనఊపిరితో చిరుదివ్వెలు
ఊగిసలాడుతుంటాయి.
ఏ కొలమానాలకు అందని
ఆ పరమ పేదరికపు వాసనను
పసిగట్టలేని గాంభీర్యాలు.

ఇప్పుడు
నా కళ్ళలోంచి మంచుముత్యాల్లా
ఆవిరిపొగలు కురుస్తున్నాయి –

ఈ గర్భకుహరంలోనే
కవిత్వ పాదాలౌతున్న వేనవేల ఆలోచనలు
ఉద్రిక్తల నీడల్ని తరుముతున్నాయి
చీకట్లు ముసిరిన బడుగు గుండెల్లో
చూపుడువేళ్ళై వెలుగుతున్నాయి
ఉద్వేగపూరిత మనస్పందనలతో
కొత్తపొద్దుకు దండం పెడు తున్నాయి.

ఇప్పుడు
దళిత గోళాన్ని సృష్టించి
బాల సూర్యుళ్ళు మొలుస్తున్నారు.
గుండెలపై రాజ్యాంగశ్వాసను మోసుకుంటూ
నల్లకోటేసుకొని
బతుకుల్లోకి కొత్త దారులు పరుస్తున్నారు..

విల్సన్ రావు కొమ్మవరపు
89 85 43 55 15

40. ఓ అంబేద్కరా

దళితాకాశంలో వెలుగు నింపిన తారా
కుల నిర్మూలనకు కృషి చేసిన ధృవతార

దళిత జాతుల దాహం తీర్చటం కోసం
మహద్ ఉద్యమం చేసావు
గుడిలో, బడిలో సమాన హక్కులు
పంచాయతీ, అసెంబ్లీ,పార్లమెంట్ లో
సమాన వాటాలు నీవల్లే కదా...

స్వాతంత్ర భారతదేశపు మొదటి
కేంద్ర న్యాయమూర్తి
స్త్రీల పక్షపాతి నువ్వు

భారతదేశ
రాజ్యాంగ శిల్పివి నీవు
కార్మిక హక్కుల ప్రధాత నువ్వు

ప్రపంచ మేధావుల్లో ఒక్కడవు
భారతదేశంలో ప్రధముడవు
ప్రపంచమంతా నువ్వే ఈరోజు
ఓ అంబేద్కరా

డా. పుత్తూరు వాణి ,

94416 41040

41. జయహో అంబేద్కర్

పొడిచిన తొలి పొద్దు అంబేద్కరుడా
నడిచిన ఓ యుద్ధం అంబేద్కరుడా

రగులుతున్న కొలిమిలో మండుతున్న నిప్పులా
ఉప్పెనలా దూసుకెళ్లే ఉగ్రరూప హోరుగా
అగ్నికీల శిఖరంలో ప్రజ్వలించు జ్వాలగా
విప్లవాల వీరుడవై విజయ శంఖమూదుతూ
భరతజాతి గుండెల్లో ఉదయించిన భాస్కరా
జయహో అంబేద్కరుడా జయ జయహో
అంబేద్కరుడా...!

త్యాగానికి అర్థం అంబేద్కరుడా
జ్ఞానానికి రూపం అంబేద్కరుడా
వెలివాడల గడపల్లో కొలువై
బహుజనుల బతుకుల్లో
ఉదయించిన సూర్యుడా
పూరి గుడిశ వెన్నెల్లో పూసిన
ఓ పువ్వు అంబేద్కరుడా
జయహో అంబేద్కరుడా జయ జయహో
అంబేద్కరుడా...!

అవమానాలెన్నింటినో ఓరిమితో భరించినావు
అంటరానితనముపై
అలుపెరుగక పోరాడినావు
అజ్ఞానపు చీకట్లను తరిమి విజ్ఞాన జ్యోతివైనావు
రాజ్యాంగం రాసి నీవు సంవిధాతవైనావు

వెలివాడల గుడిశలలో హక్కుల వెలుగైనావు
కోట్ల జనుల తలరాతలు మార్చి లిఖించినావు
సర్వ జనుల హక్కుల సూర్యుడివైనావు
భరతజాతి గుండెల్లో
విశ్వ జగత్తుకే విశ్వ జ్ఞానివైనావు
జాతి జనుల కోసమై జిందగీని త్యజించినవు

డాక్టర్ మొగిలి దేవ ప్రసాద్
7780103155

42. ఎదురు చూపు

పరిచయాలక్కర్లేని
భారతదేశ ప్రముఖుడతడు
సంస్కృతి లో భిన్నత్వము ఏకత్వం కావాలని
ముఖతా ఉద్యమించినాడత డు!!
మహర్ కులమునపుట్టి అస్పృస్యతా
అవమానాలు సహించి
బీదరికపు ఆటుపోట్లు అధిగమించి
విదేశాల్లో విశ్వ విద్యాలయాల్లో
పలు శాస్త్రాలు ఔపోసన పట్టి జాతికి
హిత కారణ జన్ముడు అంబేద్కర్!!
మతము కొరకు మనిషా ??
మనిషి హితము కోరనిది మతమా ??
పురోగమనానికి వ్యక్తి శక్తి మతమున అవశ్యం!
చాతుర్వర్ణ వ్యవస్థ నిర్మూలనకై పోరాడి
సాంఘిక ఆర్థిక సమానత్వ
సాధనతో సంక్షేమానికై
మతాన్ని గౌరవిస్తూ మూఢాచారాల్ని ఎదిరిస్తూ
జన్మభూమి ధీటుగా రూపించే కృషి సల్పిన
అంబేద్కర్ మహయోధుడు !!
కన్నీరు కారుస్తూ కష్టాలు భరిస్తూ కూచుంటే
తొలగిపోవు
పోరాటం చేయకుంటే పొందలేరు
సమాన హక్కులు
పదవుల తృణప్రాయంగా
ప్రజాహితం ధ్యేయంగా
గతితర్కమ్ భౌతిక సిద్ధాంతాలే రక్ష రక్షణ అని
భారత రాజ్యాంగం రచించిన భారతరత్న గా
ప్రజల గుండెల్లో
నిలిచినాడు అదిగదిగో
వెలుగుతోంది భారతాన అతని కీర్తి
అమరజ్యోతి !
బహుదూరం తగ్గుతున్నట్టనిపించినా
సంక్షేమం యెంతో తేడా భారం దూరం
పంట కన్నా కలుపు తెగ బలిసినట్టు
తెగ బలిసినా పంట
స్వతంత్ర పాలనలో ధనవంతుల
దశలన్నీ దశ దశ లుగా ధగ ధగ లుగా
అందుతోంది
ధనవంతులకే రాజ్యాధికారం
అంబేద్కర్ ఆశయ సిద్ధికి అసలైన
ప్రజాస్వామ్యం
దళితులకు రాజ్యాధికారం దక్కినపు డే
నవవసంతపు పూతలు దేశం లో పూచిన
ఆ రోజునే అంటూ భరతమాత ఎదురుచూపు !!

ఎల్. రాజా గణేష్
9247483700

43. నవభారత్ అంబేద్కర్

నిన్ను నీవు
సంస్కరించుకోకుండా
చందమామకు ఉంగరమెట్లా తొడుగుతవు
నీకు నీవు
పావురము గాకుండా
ప్రపంచ మెట్లా ఎగురుతావు
నీ మనసులోని
ఇనుప తాళాల్ని బద్దలు చేయకుండా
కుండలు కుండలు ఆదర్శాన్నెట్లా వడ్డిస్తవు !

నీవు బుద్ధిస్టువు,మార్కిస్టువు
హ్యూమనిష్టువు, రాడికలిస్టువే కావొచ్చు
గాంధీ,సోషలిస్టవు ఫెమినిష్టువే కావొచ్చు
నీలో అసమానతల జందెం తెగందే
అంబేద్కర్ వు ఎట్లవుతవు !

తర్కతత్వ సిద్ధాంతాలు
శాస్త్ర పరిశోధనలు
చరిత్ర రాజకీయాలేవైనా
కుల పుట్టుమచ్చల్ని
చెరిపెయ్యకుండా
సత్యశోధకుడవు ఎట్లవుతవు !

సామ్రాట్టు చక్రవర్తి
బహదూర్ షా నాదిర్ షా
బాద్ షాలైనా భగవంతుడైనా
ఆస్తి అంతస్థులకే తప్ప
కులనిర్మూలనకెవడు యుద్ధం చేసింది
మనువుతో అలుపెరుగని యుద్ధం
అంబేద్కర్ దే గదా!

అతడే
ఈ నేలమీద
పువ్వులు నవ్వులు సమానమన్నది
చెరువులో
నీళ్ళు పాలు సమానమన్నది
ఈ ధరిత్రి మీద
పలాలు ప్రజలు సమానమన్నది
ఆ సమతా యోధుడే గదా !

దిక్కులన్నగదురొచ్చినా
నవభారత్ నిర్మాణానికై
తాత్విక పునాదులలోంచి
పోటెత్తుతున్న అస్తిత్వపు సూర్యుడు

నడివీధిలో విగ్రహాన్ని చూడలేకపోతున్నరు
వాకిట్లకు మనుషుల్నెట్ల ఆహ్వానిస్తరు !

కులం అద్దంలో కాంతిని కాదు
స్వచ్ఛ భారత్ లో
వర్ణభారత్ ను కాదు
సామాజిక న్యాయంలో
నవభారత్ ను చూడండి !

వనపట్ల సుబ్బయ్య
9492765358

44. పిల్లలంతా జై అన్నారు!

పాలాభిషేకం ఒక పార్టీ చేస్తే
పుష్పాభిషేకం చేసింది ఇంకో పార్టీ
ఏకంగా విగ్రహం రంగే మార్చింది మరోపార్టీ!

'డాక్టర్ బీఆర్ అంబేద్కర్' అని
నాలుక తిరుగని నాయకుడు
నలభై నిమిషాలు స్పీచిచ్చిండు దేశం గురించి!
మావాడంటే మావాడని
నడిబజారుల బట్టలు చినిగేటట్టు కొట్టుకున్నరు
ఆఖరికి!

గదిజూసి పరేషానైన పిల్లలు
జయంతి, వర్ధంతిలకు మాత్రమే గుర్తొచ్చే
విగ్రహం గురించి కాకుండా
ఆచరించదగ్గ అంబేద్కర్ ఆశయాల గురించి
నాలుగు మాటలు చెప్పమన్నరు!

మహాసముద్రమంత లోతు
మహోన్నత శిఖరమంత గొప్పతనం గల
దార్శనికుడి గురించి
నాలుగు రోజులు నాన్ స్టాపుగ చెప్పినా
సరిపోదని అనుకుంటూనే...ఇట్ల చెప్పిన!

అగ్రకులాల అహంకారపు సమాధుల మీద
ఎగిరిన జెండా అంబేద్కర్

పోరాడటం,ప్రశ్నించడమే అజెండాగా
జీవించిన యోధుడు

మనిషిని మనిషిగా చూడని మతవిశ్వాసాలపై
ఝుళిపించిన కొరడా

అంటరానితనాన్ని కూకటివేళ్లతో పెకిలించిన
గండ్రగొడ్డలి

అసమానతలపై ఉప్పెనలా ఎదురుతిరిగిన
ఉద్యమకారుడు

అణగద్రొక్కబడిన, అణగారిన వర్గాల ఎత్తిన
పిడికిలి అంబేద్కర్

అంబేద్కర్ అంటే ఓ సిద్ధాంతం
అంబేద్కర్ అంటే ఓ ఆదర్శం!

ప్రజల గుండెల్లో నిలిచిన యుగపురుషుడు
రాజ్యాంగాన్ని రచించిన భారతరత్నం
అందరివాడు అంబేద్కర్!

అందుకే
జై బోలో 'డాక్టర్ బీఆర్ అంబేద్కర్'కి
పిల్లలంతా గట్టిగా అన్నారు 'జై' అని!

కాసుల రవికుమార్,
9908311580

45.ఆశాజ్యోతి

పేదోడి గుండె లో
దివిటీ లు వెలిగించి
బడుగు బలహీన వర్గాల కు
ఆశాజ్యోతిగా నిలిచాడు

అగ్ర వర్ణాల అహంకారాన్ని కాలరాస్తూ
కుల రహిత సమాజం నిర్మిస్తూ
అస్పృశ్యత మీద కదం తొక్కి
ఆశాకిరణమై వెలిగాడు

అత్యంత ప్రామాణిక
గ్రంధమైన రాజ్యాంగం
రచించి కృషి కి
మారుపేరు గా నిలిచాడు

సమస్త ప్రజానీకానికి
బాసటగా నిలిచి
బాబా సాహెబ్ అయ్యాడు

సర్వమతాల సారం ఒకటేనని చాటి
భారతరత్నగా భువిలో నిలిచాడు

అత్యున్నత పదవులను
అధిష్టించి విజ్ఞాన గనిగా పేరొందాడు
భావి భారత నిర్మాతగా ప్రతీ పేదోడి
గుండెలో దేవుడై నిలిచిపోయాడు

అతడే అందరి బంధువు
భీం రావ్ అంబేద్కర్
అతడికివే అక్షర నివాళులు

మౌనశ్రీ
9491632232

46.దళితవృక్షం

తాకొద్దని కసురుకున్న
గొంతులిపుడు
ఎలుగెత్తి పొగడుతున్నాయి!
మడికట్టుకున్న ఆచారాలన్నీ
బంతిభోజనానికి సైయ్యంటున్నాయి!
సీసం చెవుల్లో పోసిన ఛాదస్తాలన్నీ
చిత్తమంటూ చేతులు కట్టుకుంటున్నాయి!

చదువు నీకెందుకురా.....?
అనిపించుకున్న దళితబలపం.....
చదువుల మంత్రాంగమవుతోంది!
చెప్పులు...చంకన పెట్టుకు తిరిగిన కాళ్ళు.....
సంస్కారవంతమైన
నడత నేర్చుకున్నాయి!
డప్పులు...మోగించిన చేతులు
భారతరత్నాలవుతున్నాయి!

నూటముప్పైరెండేళ్ళ నాడు మొలిచిన
ఓ దళితమొక్క మహావృక్షమై
ప్రశ్నించే పూలనుపూసి
పోరాడే విత్తులు చల్లి
దళిత బహుజనాంకురాలని
ఆసేతు హిమాచలం అంటుగట్టింది!
కులమతాల కుళ్ళుతెగుళ్ళను దున్నేసి
ఆధిపత్యపు కొమ్ముల్ని అడుసులోతొక్కి
అంటరానితనాన్ని పాతిపెట్టి
"భీమం శరణం గచ్ఛామి" అంటూ
మారుమోగుతోంది!

శివకుమార్ పేరిశెట్ల
9866793210

47.నీలి పొద్దు

కొత్త రాష్ట్రాల ఆవశ్యకతను ముందే స్వప్నించి
సిర చుక్కలుగా పుష్పించి
స్వయం పాలన కొరకు
బిగిసిన పిడికిల్లా ఆశలకు ఆయుధమైనావు

ముండ వంటు
నెల ముట్టుడంటూ
గుళ్లోకి రావద్దంటూ
వర్ణ పెత్తనం అడ్డుపడితే
దేశాన్ని పాలించే ముత్తైదును చేసినావు

ధూపదీర్స దోసెడు నీళ్లు పొయ్యనోల్లే
పాలాభిషేకం చేసేలా
మెడల బట్టి నెట్టినోళ్లే
దండలేసి దండం పెట్టేలా
నిన్ను తల్సేలా వెల్సినావు

వెలుగుల నువ్వుండి
మట్టి చేతుల్ని అక్షరాలు దిద్దించి
గద్దెలు గట్టిన తోలుకు
రాజ్య పట్టుపంచే కట్టిచ్చి
నీలిజెండవై గుండెల్లో నిల్సినావు

ప్రపంచ జ్ఞానివై
తరాల చీకట్లను తరిమేల
స్వేచ్ఛ సమానత్వం పొందేలా
రాజ్యాంగానికి నీ ఆయువు ధారబోసి
ప్రతి ఊరిలో వెలి గుడిసెల్లో
నీలి పొద్దై పోడ్సినావు అంబేద్కర

జి.యం.నాగేష్ యాదవ్

9494893625

48. సమవర్తి

అంటరానితనంపై ఎక్కుపెట్టిన అక్షర తూణీరం!
కుల మతాల కుటిలనీతిని
కూకటి వేళ్లతో పెకిలించి
మానని పుండులాంటి మనువాదాన్ని
మట్టుపెట్టిన సామాజిక చరకుడు!

తరతరాల గాయాల హేయాలు, సహస్రాబ్దాల అమానుష వివక్షతలను
అధిగమించి ప్రభవించిన విజ్ఞాన కెరటం!

సమాదరించే సమాజం కోసం
సర్వశక్తులను దాతృత్వం చేసి సమరనాదం మోగించిన
సజీవ పుస్తక భాండాగారం!

వైరుధ్యాల భారతావనికి
సకల లోకం ప్రస్తుతించే
మహోన్నత రాజ్యాంగ సంవిధానాన్ని
సవినయంగా సమర్పించుకున్న సమరశీలి!

ప్రజాస్వామ్య విద్వత్తును
పరిఢవిల్లచేస్తూ గుత్తాధిపత్యం నుంచి
సామాజిక న్యాయాన్ని ప్రవచించిన సమవర్తి!

భారతరత్న కిరీట దారీ
నిరంతరం నిన్ను స్మరిస్తుందీ భారతజాతి!

మామిడాల శైలజ.
8500173819

49. నీవే లేకుంటే!

నీవే గనుక లేకుంటే
మా బ్రతుకులు ఇప్పటికీ తెల్లారేవి కావు!
మూతికి ముంత,ముడ్డికి ఆకు
అలానే వ్రేళ్ళాడుతుండేవి!
ఓటు మొఖమే ఎరుగుండేవాళ్ళం కాదు!
బడి గడప తొక్కుండే వాళ్ళం కాదు!

నీవే లేకుంటే
గుక్కెడు నీళ్ళకోసం
గుప్పెడు మెతుకులు కోసం
అల్లాడిపోవలసి వచ్చేది!
శ్రామికుల బ్రతుకుల్లో
నవ్వులు విరబూసేవే కాదు!

నువ్వు పుట్టిఉండక పోతే
నిమ్నజాతుల మనుగడ ప్రశ్నార్ధకం అయ్యేది!
అస్పృశ్యుల వెతలు
ఆరని కాష్ఠంలా రగులుతూనే ఉండేవి!

అసలు నువ్వు లేకుండా ఉంటే?
ఈ ప్రశ్న అవసరం లేదు!
నువ్వు మా కోసం పుట్టావ్!
నీ జన్మ యుగధర్మానిది!
నువ్వు మా యుగపురుషుడివి!
నువ్వు కారణజన్ముడివి!

డా. గూటం స్వామి,రాజమండ్రి

9441092870

50. రాజ్యాంగం తెలుసుకో

కుల వివక్ష గురించి తెలియదా?
వర్ణ వివక్ష గురించి తెలియదా?
స్వేచ్ఛ గురించి తెలియదా?
సమానత్వం గురించి తెలియదా?
మత స్వాతంత్రం గురించి తెలియదా?
కార్మికుల హక్కుల గురించి తెలియదా?
విద్య హక్కు గురించి తెలియదా?
ఓటు హక్కు గురించి తెలియదా?
స్త్రీల హక్కుల గురించి తెలియదా?
సమానత్వపు హక్కు గురించి తెలియదా?
నీ గురించి నీకు తెలుసుకోవాలని లేదా?
ఈ సమాజం గురించి తెలుసుకోవాలని లేదా?
హక్కులతో పాటు బాధ్యతలు కూడా
ఉంటాయని తెలియదా?
అయితే---ముందు అంబేద్కర్ గారిని
చదువు.
తర్వాత రాజ్యాంగం గురించి తెలుసుకో!
Save your Self
Save your society.

దళితులు అంటే ఎట్టి మనుషులు ,
మట్టి మనుషులు కాదని
అజ్ఞానపు అంధకారంలో ఉన్న దళితులు
"ఎర్ర మందారాలు"మట్టి మనుషులు మల్లెల
పరిమళాలు అని
"ఇంటింటికి రాజ్యాంగాన్ని"
గురించి తెలుసుకో! చదువుకో!
అప్పుడు కలం పడతావో?
కత్తి పడతావో? తేల్చుకో!

రాజ్యాంగం అంటే కులమతాల
ప్రసక్తిలేని స్వేచ్ఛ సమానత్వం
అని తెలుసుకో! సమ సమాజం అని
తెలుసుకో!

నీలి,లాల్ జై భీమ్ లతో

పిల్లి. సురేష్ కుమార్

51. మా బలం

విగ్రహాన్ని చూసినప్పుడల్లా
కొంత మందికి వణుకు
మాలాంటి వాళ్లకు ఆరాధ్య దైవం

ఆడవాళ్లకు చదివేందుకు
గుడిలో భక్తి ఎందుకు
వంట పనికి యింటి పనికెక్కువని

ఒక మూర్ఖుని మాటలు పక్కన పెట్టి
మా మహిళలకు వెలుగు దారి చూపిన దైవం
భారతరత్న డాక్టర్ బి.ఆర్. అంబేద్కర్

అంబేద్కర్ మా మహిళల కోసం
పాఠశాలలో చదువుకునేందుకు
ఆలయ ప్రవేశం కల్పించినందుకు

అయ్యప్ప దేవాలయం, మసీదు,
దేవాలయాలకు మరీ ప్రత్యేకంగా
రాజ్యాంగ స్ఫూర్తితో కల్పించడం
అన్ని రంగాల్లోనూ ఉద్యోగాలు కల్పించి
సమాజంలో సమానత్వం కల్పించి
మహిళా లోకానికి ప్రత్యేక రాయితీ కల్పించి

సూర్యోదయం పగల వరకు పరిమితమైతే
మా జీవితాల్లో నిత్యం వెలుగు నింపిన కాంతి
అంబేద్కర్

అంబేద్కర్ వెలుగు బాటలో
చైతన్య వంతులైన మహిళలెందరో
అందులో గుర్తుంచుకోవాల్సింది
ఇందిరాగాంధీ
రాజకీయాల్లోనూ యీ దేశ
మహిళా ప్రధాని అవడం
అంబేద్కర్ కృషిని గుర్తించకపోతే
ఈ దేశానికే అవమానం

ప్రతి మహిళ ఆదర్శంగా తీసుకోవాల్సిన దైవం
ఈ ప్రపంచానికి వెలుగునిచ్చిన తేజో అంబేద్కర్

ఉత్పల కల్యాణి
8555822648

52. అంబేద్కరిజం

ఉన్నత చదువుల్లో
ఉన్నత శ్రేణిలో
ఉన్నత మార్గంలో
ఉన్నత గౌరవంతో
ఆత్మాభిమానంగా జీవించాలంటే
అంబేద్కర్ ఆలోచనలే
మనకు దిక్సూచి

కుల – వర్ణ నిర్మూలన
మత – వర్గాల నిర్మూలన
అగ్రహంకార నిర్మూలన
పేదరిక నిర్మూలన
అంతం కావాలంటే
అంబేద్కర్ చూపిన మార్గం
రాజ్యాంగంతోనే సాధ్యం

మనపై దాడులు, వివక్షత , కులరక్కసి,
హింసలు, ఆధిపత్యం
కనుమరుగై పోవాలంటే
అంబేద్కర్ రచనలే
వాటికి స్వస్తి – మనకు ముక్తి

బానిసత్వంతో బలైన వారి కోసం
మనువాద బ్రాహ్మణిజంలో
చిక్కుకున్న అమాయకుల కోసం
సమాజంలో – సమానత్వం కోసం

మన హక్కులను మన వాళ్లను
రక్షించుకునే వరకు ప్రశ్నిద్దాం, నిలబడదాం
బోధిద్దాం సమీకరిద్దాం పోరాడుదాం
అంబేద్కర్ బాటలోనే పయనిద్దాం

జై భీమ్

దాసరి సుబ్రహ్మణ్యేశ్వర రావు
9493033534

53. ఆకాశమంత

కట్టు తెంపుకున్న అనామక ఆంబోతై
కదం తొక్కుతున్న మనువాద మదం
అంటరానితనాన్ని నీ జన్మహక్కు చేసి
కులం కంచెలను బ్రతుకంతా బిగించి
గుడికి బడికీ ఆమడదూరాన పెట్టినా

చివరికి చిన్న స్వప్నమైనా చిగురించని
కడజాతి వెలివేత చీకటి బతుకుల్లో
ఏనాటికైనా మొలకెత్తే ఆశల దీపాలకి
ఎప్పటికీ తరగని చదువుల చమురువై
ఆరని స్వేచ్ఛాజ్వాలల మేలిదివిటీలా
నిండు వెలుగుల నీలి పూవనానికి
దారి చూపిన నీ చూపుడువేలు సాక్షిగా

మిగిలిన అణచివేతల బానిస ప్రాణమే తప్ప
ఎప్పుడూ హక్కుల ఊపిరి పీల్చని దేహాలకి
రాజ్యాంగం అండగా ఆయువు పోసి
బహుజనుల గుండెల్లో రాజ్యకాంక్షవై
వినువీధుల ఎగిరే నీ నీలిజెండా తోడుగా

నువ్వు చింపేసిన వివక్షల వీలునామాలు
తుంచేసిన అవమాన కులకంచెలు
మసిచేసిన మనువాది జాఢ్యాలు
ఇప్పుడు కూడా అక్కడక్కడా ప్రేతాత్మలై
పేట్రేగుతుంటే
నీ రాజ్యాంగబద్ధంగానే వాటి పీచమణచి
మాకిచ్చిన హక్కుల పుష్పగుచ్ఛంతో
అంజలి ఘటిస్తూనే ఉన్నాం
ఆకాశమంత అంబేద్కర్ మాకున్నాడని
గుర్తుచేస్తున్నాం

మిరప. మహేష్
9948039026.

54. నిలువెత్తు సాక్ష్యం

అన్యాయపు దుర్నీతుల
వెలివేతల చీకటి ఏలుబడిలో
దిక్కు చూపే వేగుచుక్కవై పొడిచి
మా బ్రతుకు నావకు చుక్కానివై నిలిచావ్

అక్షరం కోసం ఆకల్ని చంపుకుని
విద్యార్జన కోసం పిల్లల్ని త్యాగం చేసి
విద్యా దాహార్తికి నిలువెత్తు సాక్ష్యమై
ఎల్లలు దాటి వెలిశావు

అక్రమాచార "అంటును" అంటగట్టిన
దాహార్తిని తీర్చి
చెరువు గుండె బరువును దించి
నీ దోసిళ్ళతో ఓదార్చి
సాంఘీక సంస్కర్తగా చరిత్ర సృష్టించావ్

గడపదాటి నల్లబల్లను ముట్టనివ్వని చేతులతో
దేశం ఋణపడి బతికేలా రాజ్యాంగాన్ని రాసి
జ్ఞానసంపన్న సూర్యుడివై వెలిగావ్

నీ ప్రాణహరణకు ఒప్పందపడి
కరడుగట్టిన అమాయకపు కిరాయితనం కూడా
నీ రూప గుణ దేదీప్యం ముందు మోకరిల్లి
క్షమాపణా దుఃఖభరితమై
శోకించిన వైనాన్ని మరచి
లేనిపోని నిజంకాని కల్లబొల్లి
ఆటవిక కట్టుకథల్ని నమ్మి
తమకు తాముగా తగిలించుకున్న
అంధత్వ మూఢత్వ సంకెళ్లను తెంచి

నా జాతిని చైతన్యపరచటానికి
మమ్మల్ని పుటమెయ్యడానికి
మళ్లీ ఓ సారి నువ్వు పుట్టుకురావాలేమో..
అంబేద్కరా.!

మోకా రత్నరాజు,
9989014767.

55. మా నినాదానివి

మూలవాసీ శిలాఫలకానివి
ఆదివాసుల ఆత్మబంధానివి
ఆడజాతికి హక్కుపత్రానివి
బహుజనులమహాబలగానివి
భారతజాతి రాజ్యాంగానివి
విశ్వ జ్ఞానాల ప్రతిబింబానివి
దేశ వీధుల్లో దిశారూపానివి
జైభీమనే...ఉక్కుపిడికిలివి
అంబేద్కరా...
నువ్వు ★★మాదైవానివి★★

మతం మత్తును చీల్చినోడివి
కులం కత్తుల కూల్చినోడివి
అంటు మంటలనార్పినోడివి
ఆర్థికత్వాన్ని పేర్చినోడివి
కార్మికులకు గీటురాయివి
ప్రధమహక్కుల సూత్రధారివి
మనిషి జాతికి మార్గదర్శివి
అంబేద్కరా నువ్వు
మా ★★నినాదానివి★

మనువాదం కాల్చినోడివి
బుద్ధిజాన నిల్చినోడివి
సమానతల రాతగాడివి
స్వేచ్ఛహక్కులవెలుగులోడివి
సకల జాతుల ఏకరూపివి
మనిషితత్వం మలిచినోడివి
జ్ఞానమార్గం చూపినోడివి
అంబేద్కరా నువ్వు
మా ఆరాధ్యానివి

గంధం జానయ్య
9849938925

56. అమ్మా అంబేద్కరా !!!

అమ్మ నమ్మకం నాన్న జ్ఞాపకం
ఆదర్శం వీరిద్దరి జీవితం ప్రతి రూపం
లోకాన్ని లోకపోకడలను ఎరిగి
లోకంతో ఏకం కాకుండా
యువతకు
నూతనంగా వెలుగు దివిటీగా
నిలవటం కదా జీవితం
నేను నా వాళ్లు అనే ఈ జనాల మధ్య
నేను కాదు నాదేశం అన్నావు కదయ్యా
దేశమా, జాతి అంటే... దేశం కాదు
జాతి ముఖ్యం అన్నావు
కలిసోస్తేనే దేశం అన్నారు
నేను నాజాతి అన్నారు
నా కన్నా నా జాతి గొప్ప దన్నారు
అయ్యా ! నువ్వు జాతికి తల్లివా తండ్రివా
నరనరాలలో కణకణాలలో నీ పేరే రాసుకుని
ఇలపైన నిలుస్తాం
ఆర్టికల్ 14 ప్రకారం చట్టం ముందు
అందరూ సమానం అన్నావు
మట్టి మనుషులను మాణిక్యంలా జీవించే
హక్కులు సాదించారు.
మీ రుణం ఎలా తీర్చుకోవాలయ్యా!
క్రీస్తు నాకోరకు ఏడవవద్దు
మీ కొరకు మీ బిడ్డల కొరకు
ఏడవండి అంటే
మీరు
బోధించు ! సమీకరించు !! పోరాడు !!!
అని అందరి కొరకు ఏడవమన్నావు
పోరాడమన్నావు
ఆత్మగౌరవంతో బ్రతకమని పిలుపు నిచ్చారు
నీ పిలుపును మేము కొనసాగిస్తున్నాం
అయితే అయ్యా అంబేద్కరుడా
నువ్వు నాకు స్వంత దేశం లేదు
గ్రామం లేదు అంటే ఆ మాటలకు
అర్థం తెలియని అడ్డగాడిదలు
ఎక్కువ అయ్యారు
మన జాతినీ అమ్మే అంబేడ్కరైట్లు ఎక్కువ
మీ బొమ్మవున్న బనీన్లు వేసుకోవటమే
మీ సిద్ధాంతం అన్నట్లు
బడాయిలు పోతున్నారయ్య
చెట్టుపేరు చెప్పి కాయలు అమ్ముకునే చెంచాలు
ఎక్కువ అయ్యారు
వారి తోనే మాకు ఇబ్బంది
మీరు అద్దాలమేడ ఆహ్వానం ఇస్తే పొమ్మన్నారు
కాని గుడిశ తగలబెట్టుకోవద్దు
అని మీరు చేబితే
ముందు గుడిశ తగలేసు కుంటూన్నారయ్యా !
అంబేద్కర్ అంటే అందరివాడని
నీ త్యాగం నీ పోరాటం దారి మళ్ళిస్తూన్నారు
నిద్రపోయేవాడ్ని లేపటం సులువు,
నటిస్తున్నవాడిని లేపలేమయ్యా
అయ్యా ఒక్కసారి మళ్లీ జన్మించవా తండ్రి
లేద యూద యిష్కరియెతు గుంపు గురించి
ఆలోచించి మీరు అక్కడవున్నా

మీరు తలచుకుంటే ఏదైనా చేయగలరు
తండ్రి అంబేద్కర్
మహానీయూడవయ్యా
జైభీం.....

చప్పిడి కోటేశ్వరరావు
6300036043

57.దార్శనికుడు

నా మూతికి ముంత, నడుంకి తాటాకు కట్టి
చెప్పుల్లేకుండా వేల మైళ్ళుదూరం నడిపించి
నేను ముట్టుకుంటే ముల్లోక పాతకాలు
చుట్టుకుంటాయని
నా చూపు పడితే వాళ్ళ కళ్ళు ఎరుపెక్కుతాయని
భ్రమిస్తున్న తరుణంలో
ఒక నిలువెత్తు దార్శనిక ప్రతిరూపం
నా చుట్టూ రక్షణ వలయంగా నిలిచింది
ఆ చేతి కలం దుష్ట శిక్షణకు
ఆయుధంగా కదిలింది

నిరక్షరాస్యత చిమ్మ చీకట్లలో నిమ్నజాతివాడిగా
నా బతుకు అంధకారంలో మగ్గిపోతూ
బంధీ ఐపోయినపుడు
ఒడిలో పుస్తకమెట్టి,చేతికి కలమిచ్చి
ఆ చూపుడువేలు
నాకు కొత్తమార్గం చూపించింది
చైతన్యంతో వెలుగుబాట పరిచి నడిపించింది

సోదర, లౌకిక, సమానత్వ భావాలతో
పరాయి దేశాల ముందు దేశం గర్వించేలా
ప్రతీ పౌరుడూ సగౌరవంగా తలెత్తుకునేలా
ఆ మేధస్సు మహోన్నత రాజ్యాంగాన్ని
జాతికి అంకితమిచ్చింది

నల్లని కోటు,చేతిలో పుస్తకంతో
ఆయన్ని ఉత్సవ విగ్రహం చేసి,
ఏప్రిల్ పద్నాలుగున
పాలాభిషేకాలకో,పుష్పాభిషేకాలకో
పరిమితం చేసి,
వీధికో విగ్రహాన్ని సృష్టిస్తూ
ఏడాదికోసారి నామమాత్రంగా స్మరిస్తూ
జపించే ఈ పేరుతో
సమ సమాజ ఆశయ స్థాపనకు సార్థకత
ఎప్పుడో?!

ఎన్. లహరి
9885535506

58.రణన్నినాదం

ఒక్క మాట ఒక నినాదమై
విశ్వ వ్యాపిత మయింది
ఎక్కడెక్కడి పీడిత జనులో
తమ గొంతు కలిపి నినాదిస్తారు
సప్త సముద్రాల కావల కుల రక్కసి
వేళ్లూనుకోవాలని చూస్తే
"క్షమా" రూపంగా
నిషేధ శాసనమైనది
మీ వెన్నులో వణుకుపుట్టిస్తుంది
ఎప్పటికయినా ఎర్రకోటపై
నీలి జెండా ఎగురుతుంది
కుల కండకావరం కాలుతుంది
చూపుడు వేలు మార్గంలో అందరూ ఏకమై
నినదించే జైభీమ్ .... జైభీమ్
ఈ విశ్వ మంతా మోగే రణన్నినాదం .
యుగ యుగాల అంతరాలను తొలగించే ఒక
గొంతుక అక్షర రూపమై రాజ్యాంగమైతే
సహించలేని మతోన్మాదం
అస్థిత్వము కోసం ఆగడాలు చేస్తుంటే చూస్తూ
ఉండటానికి ఇది మీరు అణగదొక్కిన నేలకాదు
ద్రవిడ జాతి కోసం తపించి పోరాడిన
పెరియార్ నడయాడిన భూమి .
అవమానాలతో అల్లాడిపోయి
దాని మూలలను తొలగించే జ్ఞానాన్ని పొందిన
అంబెద్కర్ పుట్టిన భూమి .
శతాబ్దాలుగా మమ్మల్ని కాల్చి అణచివేస్తున్నా
కాలిన గాయాలతో నొప్పెట్టిన అవయవాలతో
ఈ భూమండలాన్ని మోస్తున్న ఒక మహాశక్తిలా
శతాధిక అడుగులుదాటి
ఆకాశమంత ఎత్తులో నిలబడతాను .
ఒళ్ళుమరచి వెన్ను విరచి స్వేచ్ఛ గానమై
నినదిస్తాను
జైభీమ్ .
జైభీమ్

గడ్డం విజయరావు
9951299937

59. చూపుడువేలు

ఈ మూర్ఖపు మనువాద
రక్షకభట రచ్చబండ తీర్పుల్లో
రాచి రంపాన పెట్టి
తరచూ నన్నుగేలిచేసి వేలెత్తి చూపెట్టి
ఈసడించి..వెలివేసి... కాకి గోలచేసి...
అభాసుపాలుజేసి ఊరవతలికి తరిమేస్తుంటే..!
నోట్లో అక్షరమ్ముక్క లేని వేలిముద్రగాళ్లు..
వీళ్ల జన్మలింతే.. ప్రశ్నించే దమ్ము లేదని ఛీ
కొడితే..
ఎన్నాళ్లు? ఎన్నేళ్లు? నా వాళ్ల పుట్టు
పూర్వోత్తరాల
చరిత్ర పుటల్ని తిరగేస్తే కోకొల్లలుగా
అవమానాలు కష్టాలు తీర్చడం సంగతి
అటుంచితే....
కన్నీళ్లు తుడిచే నాథుడే కరువయ్యాడు.
మూతికింద ముంతకి, ముడ్డికి వేలాడే తాటాక్కి
చెప్పుకున్నాం.. గుండెలవిసేలా రొప్పుకున్నాం
ఎన్ని తరాలు ఎక్కెక్కి ఏడ్చాయో? నీళ్లింకిన
కళ్లు..

ఊరూ వాడా గాలిస్తున్నా
మానవ చరిత్ర పుటల్ని పెళ్ళగిస్తున్నా
ఎక్కడా నా పూర్వీకుల చిత్తరువుల్లేవు
మూతికింద ముంతకట్టిన తాత ముత్తాతల
ఊహా చిత్రాలే గాని చిత్రపటాలు మచ్చుకైనా
లేవు
మా చరిత్ర మారింది ఒకప్పటి ఊరు.. వాడల్లా
లేవు

ఇంకో చిత్రం...మా గోడకు వేలాడే పటం
ఆయన రాజసం
మునుపటి మా అవమానాల స్థానే
రాజఠీవి మా వశం
మారిన మా చరిత్రకు
కర్త, కర్మ, క్రియ ఒకే ఒక్కడు
అతడు జ్ఞానగని సరిహద్దులు బద్దలగొట్టినవాడు
ఏ కూడలి చూసినా
చూపుడు వేలు శాసనకర్త విగ్రహాలే
ఏ హక్కుకి భంగం కలిగినా
ఆ చూపుడు వేలు ఓ హెచ్చరికే
ఏ చిక్కుముడి ఎదురైనా
రాజ్యాంగమే పరిష్కార వేదిక
ఏ కన్ను చెమ్మగిల్లినా
ఆ చూపుడు వేలే శరణాగత రక్షణ
ఏ గొంతుక ప్రశ్నించి ధిక్కరించినా
అది జైభీం నినాదమే
ఏ గుండె లోతుల్లోకి తొంగిచూసినా
బాబా సాహెబ్ మయమే.
ఏ దేశం నన్ను గేలి చేసిందో
అక్కడ నాకు అగ్రతాంబూలం
ఏ కులాన్ని దేశం హేళన చేసిందో
ఆ చూపుడువేలు మన చుక్కాని

రతన్ రాజు బందిలి
9490263115

60. ఋషి

జ్ఞానార్జనలో అగ్రగణ్యుడవు
ప్రపంచ జ్ఞాన గ్రహీతవు
సకల జాతికి కర్తవ్య ప్రదాతవు
రాజ్యాంగ కార్య సాధకుడవు
భారత చట్టానికి నిర్మాణ కర్తవు
వెతల బ్రతుకులలో వెలుగులు నింపావు
అవమానాలు దిగమింగావు
అవహేళనలెన్నో భరించినావు
ఉన్నత విద్యలెన్నో అభ్యసించావు
భరతఖండం లో నీవాక్కు ఆచరణీయం
నీ కీర్తి హిమగిరి శిఖరం
న్యాయ శాస్త్రాన్ని కోరి పఠించావు
జాతి సమన్వయం కోసం పరితపించావు
వాడ వాడలా నేటి రంగులమయమే
నీవు వెలిగించిన విజ్ఞాన జ్యోతుల తేజోమయం
కుల కళంకాలను రూపుమాపావు
అంతరాల తుప్పు వదలగొట్టావు
స్వేచ్ఛ స్వాతంత్ర్యాల సాధనలో
భారతీయుల్లో సత్తువ నింపిన భారతరత్నవు
దేశమాత ప్రియ పుత్రుడవు
దేశభక్తి లో ఉత్తముడవు
అందరి హృదయాలలో కొలువైన
"అంబేద్కర్" నామధేయుడవు
మానవత్వపు పరిమళం నీవు

గుండాల మహాలక్ష్మి
9849528590

61. జయహో అంబేడ్కర్...

కిరణము వలె ఇల చేరావు
వెలుతురువై విరజిల్లావు
అంటరానితనం అస్పృశ్యత
వంటి వాటికై పోరాడి
అజేయుడవై నిలిచావు
తెల్ల దొరల పాలన లో
ఉద్యమాలేన్నో చేసావు
కుల మత గోడలనే
కూల్చివేయ వచ్చావు
పత్రికల్లో పదానివై
ప్రజలను మేల్కొలిపావు
చట్టం అంటే తెలియని
సామాన్యుని మదిలో
హక్కులకై పోరాడే
జ్యోతిని వెలిగించావు
కన్నీళ్ళను దిగమింగి
కష్టాలను కడతేర్చి
బానిసత్వ సంకెళ్లను
కులమత గోడలనూ
చట్టముతో సరిచేయ
సమ సమాజ స్థాపన కై
రాజ్యాంగం రచియించి
నీ సూక్తులని నిలకడగా
మా మదిలో నిలిపావు..
జయహో అంబేద్కర్....

శ్రీదేవి పగడాల

62. అంబేద్కరే ప్రపంచం

అంతర్జాతీయమైన
అవనిలోనైనా
ఎక్కడ జూసిన
అంబేద్కర్ లాంటి
మేధావి కానరాడే
నా కన్నులకు!

అణచబడిన అవని
నుండి ఆకాశం అంత
ఎత్తు ఎదిగిన
భీమ్ రావ్ బాబా సాహెబ్
అడుగులో అడుగునై
అక్షరాలే ఆకలిదీర్చే అన్నమై!

ఆరడుగుల విగ్రహాలు
కాదోయ్ అరచేతిలో
రాతలు మార్చే
అక్షరాలు అంబేద్కర్!

నేతలకు జై కొట్టె
కార్మికుడు కమ్మనలే
అంబేద్కర్ ఆలోచన
కుర్చీ గుంజుకొని
పాలకుడిగా పరిపాలన
జేయ్యాలనేదే ఆశయం!

రాజ్యాంగం ద్వారా
ఓటు హక్కు ఇస్తే
నోటుకి అమ్ముకొని
అదుక్కునే బానిస
కమ్మనలేదు
కారణజన్ముడు!

కార్యాలయాల్లో
కార్యనిర్వాహణాధికారిగా
కార్యకలాపాలు జేయ్యాలె
రాజ్యాంగం ద్వారా
రాజ్యాధికారం
చేజిక్కించుకోవాలి!

రాజ్యాన్నేలే
రాజులు గావాలే
భవనాలు మీద పేర్లతో
పాటు అంబేద్కర్ అంటే
అక్షరాలు!

అవి అందరికి
రావాలె అంటే ఉచిత
విద్య వైద్యం ఇచ్చే
దమ్ము లేని నేతల
కోటలు కూల్చే
బహుజన రాతలు
బంధుక్ లై మిమ్మల్ని
సర్కార్ భవనాల్లో
నుండి బయటకు లాగే
బహుజన సైనికులం!

రమాబాయి బిడ్డలం

అంబేద్కర్ వారసులం
అగ్రవర్ణ పార్టీ
జెండాలు మోసే
బానిసలుగా బ్రతకం
భరిగిసి కొట్లాడే
మూలవాసులం!

చరిత్ర జెపుతున్నది
మేం రాజులమని
రాజ్యాన్నేలే నేతలమని!!

జై భీమ్
జై పూలే

ముచ్చుకర్ సుమన్ గౌడ్

63. బహుజన జీవన ఊపిరి...!

ఊరవతల ఉన్న వారిని
ఊరిలో నిలబెట్టి
ఉన్నత వర్గాలచే
ఉచ్చరణకు కూడా నోచుకోని పేర్లను
ఉన్నతంగా పిలిచేలా చేయుటకు
అక్షరాలు నేర్వలేని జాతులను
అత్యుత్తమ చదువులు చదివేల చేసి
అసమానతలతో అణగారిన బ్రతుకులను
అధ్యక్ష్య పదవుల సైతం అధిరోహించేలా
చేయుటకు
నీ వన్నీ కోల్పోతున్నా..
ఆశలను చంపుకొని
అలుపెరగని పోరాటాలతో
అనునిత్యం అలోచించి
నోరు లేని వారికి నాయకుడివై
ఆనాటి మనుస్మృతిని అగ్నిలో దహించి
అందరి అభ్యున్నతికి అత్యుత్తమ
రాజ్యాంగాన్ని అందించిన
అబల, పీడిత, బలహీన
బహుజన వాదుల బలమా..
మా అంబేద్కరా... మా దైవ సమానమా ...!
నీవు మహనీయుడవు
మానతావాదివి దరిద్రుల
పక్షపు న్యాయవాదివి
ధర్మ పాలనా సూత్ర ధారివి
దళిత బహుజనుల జీవన ఊపిరివి
మా జీవితాలకు వెలుగు నిచ్చిన తారవు
నీ నిలువెత్తు ప్రతిరూపం
చూడ ఎంత ముచ్చటో..!

డా. సుధాకర్ గుమ్మడి
9440125495

64.రాజ్యాంగ దేహపు ప్రాణం.

అంటరాని మేఘాలను చీల్చి
అరుణోదయంచేసిన మహానుభావుడు!
హిందూమహాసరసస్సులో
దళిత కమలమై రేకులు విప్పినవాడు!

చదువులమ్మ గౌరవ డిగ్రీల పుష్పగుచ్ఛంతో సత్కరించబడిన వాడు!
కులాల కుట్రలకు మతాల మతలబులకు దూరమైనిలచిన "బుద్ధుడు"!
ఫెడరల్ వ్యవస్తకు ప్రాణం పోసినవాడు!
మువ్వన్నెల జెండాగా
జాతి హృదయపీఠంపై రెపరెపలాడే వాడు!
మహర్ మాణిక్యం!
రాజ్యాంగ రచనా వైదుష్యం!
ప్రాథమిక హక్కుల పత్రం ప్రతిచేతికీ అందించిన జాతీయగౌరవం!
సామాజిక న్యాయ వేదికను
సామాన్యునకందించిన న్యాయమూర్తి!
పార్లమెంట్ నిర్మాణ మూలస్థంభం!
ప్రజాస్వామ్య వ్యవస్థ విస్తారకుడు!
కనబడని నాలుగో సింహం!
అంబేద్కర్ ఆధునిక భారతానికి ఒక వరం!
జైభీం!జైజై!భీం!!

కిలపర్తి దాలినాయుడు
9491763261

65. నిష్కృతి

చెప్పులు మెళ్లో వేసుకొని నడుస్తున్నాను
పదిమంది చూడాలని కాదు
పదుగురు మెచ్చాలని కాదు
చౌరస్తాలో నీ విగ్రహం మీదట
మోకాళ్లపై వంగి క్షమాపణలను కోరాలని
భారత జాతికి రక్షా కవచం
రాజ్యాంగ ధర్మాన్ని ప్రసాదించిన మేధావికి
మనసా కృతజ్ఞతలు చెల్లించాలని
వేద వేదాంగాల సాక్షిగా
పుట్టిన గడ్డపైనే వెలివేతననుభవిస్తూ
చదివిన బడిలోనే అంటరాని తనంతో
పసి హృదయం మీది గాయం మరకతో
నిలువెత్తు మనసు పుండైనవాడు
దాహానికి మజ్జిగ నిచ్చే దేశంలో
బురదగుంట నీటికి నోచుకోనివాడు
ఎవరైతేనేం మనిషనే వాడు
నాలుగు పడగల హైందవుడు కాటేసిన వాడు
తెల్లదొరల రైల్లోంచి గాంధీజీను గెంటేస్తే
సమరజ్వాల ఎగిసిన దేశంలో
జాబిలి జిహ్వకోసిన సరిచేయని పరివేశంలో
ఎడ్లబండి నుండి క్రిందకు పడవేసినా
ఏ ఉద్యమం రగల్లేదు
సహృదయము కరిగి కన్నీటి చుక్క కాలేదు
ఆనాటి విద్వేషం అతని జ్వాలగా
ఈనాటికీ మండుతూనే ఉంది అంటరానితనమై
సానుభూతి అవసరం లేకపోయినా
నాకు ప్రయశ్చిత్తం కావాలి
తరాలుగా చేసిన నేరానికి
ఇప్పుడైనా నిష్కృతి కావాలి!
అందుకే చెప్పులు మెళ్ళో వేసుకొని
నడుస్తున్నాను
వెన్నెల కడిగిన నీ విగ్రహాన్ని కనుగొంటున్నాను.

ఈత కోట సుబ్బారావు
9440529785

66. పుస్తకం

వీరుడి చేతిలో కత్తి వున్నట్టే
అతని చేతిలో పుస్తకం –

కనులను నిత్యం అక్షరాల
వెంటే పరుగెత్తించిన
గొప్ప చదువురి –

బుర్రలోకి ఎక్కించిన విజ్ఞానాన్నంతా
తిరిగి వమనం చేసి
భారత రాజ్యాంగం సంచయం
ఒనరించిన మేధావి –

అణగదొక్కబడ్డ జాతికంతటికీ
అతనే భారతజాతికంతా ఆరాధ్యుడు

విధాత రసనం పైనే
అక్షరం అధిష్టించినట్టు
పుస్తకం విడువని హస్తంతోనే
ఊరూరా అతని విగ్రహాలు.

మాధవీ సనారా

8639491246

67. అందరి వాడు

వెలి వాడల వెతలను గాంచి
ఘోషించిందో ఆర్ద్ర హృదయం!
పదునైన ఆంక్షల ముల్లు గుచ్చి
దిగులు మేఘమైందో సున్నిత హృదయం!!

కుల గోడలకావల వివక్షత బాకులకు
గాయపడ్డదో పసిహృదయం!
ఇలాంటి పసిడి హృదయాల బాధల జూసి
సమానత్వ ఆశయానికి
పురుడు బోసిందో మేధోగర్భం!!

వర్ణాల గీతలు రూపుమామగా
సంకల్పించిందో సహజ కలం!
అణగారిన బతుకుల వ్యధలను తీర్చగా
లిఖించిందో శాసనం!!

ఆశలన్నీ అణువణువు శిధిలమై
కాలగర్భంలో కూరుకుపోతున్న వేళ
మార్గదర్శకమైందో మహామస్తిష్కం!!

అవకాశాలు మరీచికలై
ఆనందాలు అందని ద్రాక్షలై
మోడువారిన శిశిర వనాలకు
వాసంతమైందో లిఖిత రాజ్యాంగం!
నిత్యం అభివృద్ధి అగాధాన కుమిలిన
ఆర్థత ఎదలకు లేపనమైందో ఆదర్శం!

కొంత మానవత్వ సుగంధం జల్లి
మదిమదిలోకి జొప్పించిందో గొప్పచరితం!
అసమానతల దుర్గంధాన్ని పొరలు పొరలుగా
పారద్రోలిందో ఆలోచనా పరిమళం!!

ఆ పరిమళాల కుసుమమే
మన అంబేద్కర్!
భరతమ్మ మెడలో ఆణిముత్యమే మన
అంబేద్కర్!

అయిత అనిత
8985348424

68. చూపుడువేలు

ఒక నీతి కోసం దళితజాతి నిర్మాణం కోసం
అహిర్నశలూ మించిన ఒంటరి సైనికుడు
ఒకచేత్తో అవమానాలు భరిస్తూ
మరోచేత్తో వివక్ష నిర్మూలన కోసం
తాడిత పీడిత జనాన్ని
ఒక్కతాటి మీదకు తెచ్చిన యుగపురుషుడు
విగ్రహారాధనలేని సమాజం కోసం కలలు కని
మనుషులంతా ఒక్కటేనని
ఎలుగెత్తిచాటిన మానవతావాది
కులమతాలు కాదు మానవతే మనిషితనమని
లోకానికి చాటిన మహోన్నతుడు అంబేద్కర్
పుట్టుక సమస్య కాదు పెరిగాకే సమస్యలన్నీ
సమస్యలకు దిక్సూచీగా నిలిచి
భవితకు భరోసా ఇచ్చిన భాగ్యవిధాత
నీ చూపుడువేలు వెనుక
ఒక జాతి నిర్మాణముంది
జవాబులు నోచుకోని మా జీవితాలు
ప్రశ్నించడం నిన్నుచూసే నేర్చుకున్నాయి
నీ నిలువెత్తు విగ్రహం మా జాతి గుండెల్లో
ఆరాధ్య దైవం
ఏమిచ్చి నీ ఋణం తీర్చుకోగలం
కులవివక్ష తొలగే వరకు
అసమానతలు పోయేవరకు
ఈ జాతి మేల్కొనే వరకు
మేమంతా నీ చూపుడు వేళ్ళమై
ఏ వాదాన్నయినాఎదుర్కొంటాం
మనసులన్నీ కలిసేవరకు
నీ ఆదర్శాలు వివరిస్తాం
మనుషులంతా ఒక్కటయ్యేవరకు
పోరాటం చేస్తూనే ఉంటాం

చొక్కర తాతారావు
6301192215

69. అంబేద్కర్

నా దేశం, నా ప్రజ
నా దేశంలో సమానత్వం సౌభ్రాతృత్వం
నా దేశంలో మతం తిష్ట
ఆ మతం కులాల కుంపటి
ఆర్థిక సమానత్వం ఎజెండా
కులం అంతంతోనే సాధ్యమని నినదించి
కులం శ్రమ విభజననే వితండవాదాన్ని
శ్రామికుల విభజననే వాదంతో ఎలుగెత్తి
సాంఘిక అసమానతల నిర్మూలనే ధ్యేయంగా
వర్గం కంటే ముందు కులం
కులం మూలం మతం
మత నాశనమే
విప్లవానికీ దేశంలో సోపానమని
అధికారానికి రాజకీయ ఎజెండా
కులమే కీలకమని
అస్పృశ్యత కులాల ఎదుగుదల ఓర్వలేని
మనుస్మృతి దహనం
పూనా ఒడంబడికని
పక్కకు నెట్టినా, కడదాకా
అణగారిన వర్గాల వాణిని వినిపించిన
నమ్ముకున్న సిద్ధాంతానికై
మంత్రి పదవినే త్యజించిన ధీశాలి
అప్పటికే కరడుగట్టిన
మతోన్మాదుల సమయస్ఫూర్తితో
ఎదుర్కొన్న మానవతావాది
అవమానాలు అడుగడుగునా
రుచిచూపించిన మతాన్ని వీడిన
బుద్ధిస్ట్ మీకివే మా జోహార్లు

గిరిప్రసాద్ చెలమల్లు
9493388201

70. ఆదర్శ దార్శనికుడు

అగ్రవర్ణాల కుంచిత స్వభావాన్ని
నిమ్న కులంలో జన్మించి
అస్పృశ్యతా జాఢ్యాన్ని చవి చూచి
మనుధర్మం అధర్మమని నిరసించిన
ఓ మహామనీషి!

చదువుకు సామాజిక, ఆర్థిక పరిస్థితులు
అడ్డుకావని రుజువు పరచి
నాలుగు డాక్టరేటులతో దేశఖ్యాతిని
ప్రపంచం నలుదిక్కులా చాటిన
ఓ విద్యావేత్త!

బడుగు వర్గాల బాగుకై నడుంబిగించి
"బహిష్కృత హితకారిణి"ని స్థాపించి
"మూక్ నాయక్ "పత్రికతో ప్రభవించి
స్వాతంత్ర్యం, మానవహితం కోరిన
ఓ మానవతావాది!

అన్నదాత,శ్రమజీవుల క్షేమమే
దేశాభివృద్ధికి మూలమని తలంచి
కేంద్రమంత్రిగా చట్టాలను రూపొందించి
"రాజ్యాంగ నిర్మాత" గా ప్రజాశ్రేయస్సు కోరిన
ఓ భారతరత్న!

ద్రవ్యస్థితిగతులను మెరుగుపరచడానికి
పొదుపు, భీమాలే భవితకు ధీమాలని
రిజర్వుబ్యాంకు,ఆర్థిక సంఘాలను స్థాపించి
భారత భవిష్యత్తుకు బంగారు బాటలు వేసిన
ఓ ఆర్థిక శాస్త్రవేత్త!

భావితరాల ఆకలిని, దాహార్తిని తీర్చడానికి
నీటిపారుదల, విద్యుత్తులను పొందడానికి
ప్రాజెక్టులు, పవర్ గ్రిడ్ల నిర్మాణం గావించి
చీకటి బ్రతుకుల్లో వెలుగులు నింపిన
ఓ మేథావీ! అంబేద్కర్ జీ!!

మీకివే మా జోహార్లు

డా. పెంకి విజయ కుమార్
9553392949

71. సంస్కర్తకు వందనం...

నిమ్నత దరిచేరని
వివక్షత కనిపించని
సమ సమాజం కోసం
జీవిత పర్యంతం నిబద్ధతతో
తపన పడ్డ దార్శనికుడు
రాజ్యాంగ రచనతో
అట్టడుగుల అభ్యుదయానికి
గొప్పదారులు వేసిన ధీరుడు
ఎనలేని జ్ఞానంతో
భారతీయుల ప్రతిభా ప్రాభవాన్ని
ఎల్లలు దాటి చాటి చెప్పిన
జ్ఞాన సముద్రుడు
మానవ ఋషి
మహా సంస్కర్త
మహా నాయకుడు
నిత్యం ఆరాధ్యుడు
సదా మహోన్నతుడు
మన అంబేద్కరుడు
ఆ మహామనీషిని
మనసారా స్మరిద్దాం
అంజలి అర్పిద్దాం
వందనం చేద్దాం

డా. తిరునగరి శ్రీనివాస్
8466053933

72. వెలుగు ....

ఉదయించి
రాజ్యాంగ నిర్మాత వై
భారతజాతి చైతన్య మూర్తి వై
వెలివాడలో వెలుగు దీపాలు వెలిగించి
దళిత జనులు సూర్యుడివై ,
కాలమనే ఆయుధముతో
అడ్డు గీతలను తొలగించిన వాడై
బూజు పట్టిన మనస్సులను
మార్చగలిగే మాంత్రికుడై
తను ఎదుర్కొనే సమస్య
వేరెవరూ ఎదుర్కొన రాదని
అగ్ని జ్వాలవై
తన భావాలతో దళితులకు
రక్షణ బాటలు వేసే
బాబా సాహెబ్ వై
పోరాట పటిమ కలగి
ఒంటరి సైనికుడై
అంటరానితనం
తుద ముట్టించిన వాడవై
విముక్తి ఉద్యమాల కర్తవై
పనిభారం తగ్గించి కార్మిక సంక్షేమ రక్షకుడై
సంస్కరణల నూతనోత్తేజ ధార్మికుడై
ఓటమి లేని పోరాట పటిమను
అందించిన విప్లవ ద్రష్ట వై
అసమానతల సమరములో
లక్ష్యం వీడని వాడై
సమన్యాయమందించి
భారత ప్రథమ న్యాయశాఖ మంత్రి వై
తను అడుగు జాడలే దేశ
పురోగమనాలుగా
మార్చిన మార్గ దర్శకుడై
జాతికి ప్ర శ్నించడం
నేర్పిన గురువువై
నీ ఆలోచన మెరుపులతో
సర్వ సైన్యాధ్యక్షుడు వై
మా స్ఫూర్తిదాయక
నీ జీవనయానమై
దేశానికి వెన్నెముక వై
అగ్ని సరస్సు నుంచి
వికసించే వజ్ర కమలమై
విశ్వము మేలినా ధీరుడా
నీ రాజ్యాంగం
మానవ మనుగడ

బూరవిల్లి. రాధికా రాణి

73. మట్టి కూడా సముద్రపు అలలవుతాయ్

పచ్చదనం లేని
అడవిని ఒక కలం గెలిచింది.
చూపుడు వేలితో మట్టి కూడా
సముద్రపు అలలవుతాయని
నల్లటి ఆకాశాన్ని హెచ్చరించింది.
అక్షరాలు అడవిని వెంటాడుతున్నాయి
అడవి నెమళ్లనీ...చిలకల్నీ వేటాడుతోంది.
అడవి అణిచివేతల వ్యూహాల్ని రచిస్తున్న
ఓ నియంతకు ప్రతీక.
బురద కొలనులో కళాత్మకంగా పూసిన
కమలాన్నిసొంతం చేసుకుని
బురదను నల్లటి కలువ పూల ముఖాలపై చల్లిన
నక్కల్ని పోషిస్తోంది.
ఈ అడవి ఎన్ని ఉషోదయాల్ని మింగేసిందో.
పూడుపాములా నడక చూడు.
ఎన్ని రాత్రుల్ని నమిలేసిందో
ఆ కళ్ళల్లో తమకపు మత్తును చూడు.
ఎవడి దగ్గర నేర్చుకుందో
పెదాలపై దురహంకారపు
ఉపన్యాస క్రీడను చూడు.
జాగ్రత్త...జాగ్రత్త....జాగ్రత్త
ఆ కలం మట్టి రేణువుల
ఎర్రటి ఉషోదయాల్ని
రచిస్తూనే ఉంటుంది .
కుక్కలతో నక్కలతో
సహించి సహించి
తోడేళ్లతో పోరాడి పోరాడి
ఆ కలం అడివిని జయించింది.
పక్షుల గూళ్లకు పసిడి   తోరణమయ్యింది.
పచ్చటి మేఘాన్ని చూపే
ఒక చూపుడు వేలు అయ్యింది.

ముకుందాపురం పెద్దన

74. నీవే మా నిట్టెడ

మన జాతులు సదువుకుంటే
కొంపలకు నిప్పులుపెట్టి
శరీరాలు కాలుతుంటే సలిమంటలు
కాచుకునేవారు .

అంబేద్కరే రాకపోయింటే
ఈ భూస్వాములు
బువ్వతిన్న నీళ్ళు తాగినా
చివరికి ఊపిరి పీల్చుకున్నా
రచ్చకట్టలమీద స్తంభాలకు కట్టేసి కొట్టేవారు.

ఆయనే రానట్లుఉంటే
మన జాతులు కట్టు బానిసలుగా
వాళ్ల కొంపలకాడా చేతులు కట్టుకొని
నిలబడేవారు సంతలో మన జాతులను
తక్కెడలో తూకానికి పెట్టి
కిలోల లెక్కన అమ్మేసేవారు.

మనవారికి ఏ పదవులు కొలువులు ఉండక
తొర్రి గుడిసెలసాటున
చెప్పులు కుడుతూ ,చర్మం ఒలుస్తూ
అగ్రవర్ణాల కాలికింద కుక్క కన్నా నీచంగా
వుండేది.

ఆయనొచ్చినందుకే
మన జాతుల ముఖాలు తెల్లగా
మన ప్రజల బతుకులు సల్లగా
మన భవిష్యత్తు మొత్తానికి పండగా
నిజానికి మనకు ఏ దేవుడు లేడు
ఆయనే మన నిజమైన దేవుడు.

అవనిశ్రీ.
9985419424.

75. మూగ జాతి విముక్తి ప్రదాత

చితికిపోయిన బ్రతుకులకు
చిరు దివ్వే వయ్యావు
కటిక పేదలకు
ఆకలి తీర్చే కొడుకయ్యావు

అక్షర జ్ఞానానికి దూరమైన వాళ్ళకు
జ్ఞాన జ్యోతి వయ్యావు
పైసలంటే తెలియనివాళ్ళకు
ఎటిఎం కార్డ్ అయ్యావు

అన్యాయానికి గురైన
అమాయకపు బ్రతుకులకు
ఆయుధం అయ్యావు
జాతి జనులకు బాట చూపే
మార్గదర్శి వయ్యావు .

కొడవళ్ళు పట్టే జనాలకు
పుస్తకాలు , పెన్నులు పట్టించావయ్యా
పలుగులు , పారలు పట్టే పనివాళ్ళకు
పార్లమెంటు తోవ చూపావయ్యా

నీవు చిందించిన చెమట చుక్కలు
మా వంటికి అత్తరు , సెంటు ,
సుగంధం పరిమళమయ్యే
నీవు కార్చిన కన్నీటి బిందువులు
మా పాలిట ఉన్నత ఉద్యోగ సోపానాలయ్యే
నీకు శత్రువులు వలన
కలిగిన అనుభవాలు
మా పాలిట రాజకీయ కిరీటాలయ్యే
అదని , ఇదని ఏంటయ్యా

చదువుతున్న చదువులు
చేస్తున్న ఉద్యోగాలు
అనుభవిస్తున్న పదవులు
చేస్తున్న రాజకీయాలు
విదేశాలలో కొలువులు
ఒకటేమిటయ్య అన్ని , అన్నీ
మేమనుభవిస్తూన్న ప్రతిదీ
మరి ముఖ్యంగా
మా ముడ్డికి తాటాకు , మూతికి ముంత నుండి
మా బతుకులను దూరం జేసీ
మమ్మల్ని మనుషులు గా జేసీన
నీ దయ , నీ త్యాగం ,
నీవు మాపై చూపించిన అపారమైన ప్రేమ. .....
అందుకే ....
ఈ జగతి జనులు ప్రసంశలందుకొని
ఈ యుగపు సూర్యుడ వయ్యావు

ఏప్రిల్ 14
ఎంది నాయనా
ప్రతి క్షణం
ప్రతి నిమిషం
ప్రతి గంట
ప్రతి రోజూ

ప్రతి సంవత్సరం

మేం బ్రతుకుతున్న ఈ కాస్త స్వేచ్ఛ
నువ్వు ఇచ్చిన వరమే కదయ్యా
భౌతికంగా నువు మా మధ్యన లేకున్నా
జాతి జనుల గుండెల్లో గూడు కట్టుకున్నావయ్యా

ఈ యుగపు సూర్యుడా
యుగయుగాలు వర్ధిల్లు వయ్యా.

దార్ల సుధాకర్

76. విశ్వనరుడు అంబేద్కర్

సీ. మా.

తరతరాల పరాయి తనమేదో వెంటాడి వేటాడ,
గుండె దిగులదాయె తోటిజనుల.
అగ్రకులమను నిత్య అవివేక మింకను.
మనుజ రూపము నందు మసలు చుండె.
స్వేచ్ఛయున్నదనెడి స్వచ్ఛంద పలుకులు,
యెదురు చూచుచు నుండె ఎంతవరకు.
ఐక్యతన్న గురువు యాదేశ గతమును,
మరచి బ్రతుకుచుండె ధరణినందు.
విధి విధులందున విద్యను సాధించి,
అధికులైననుకూడ అధములంద్రు.
భరత చట్టమునందు భారతీయత నందు
దుఃఖమింకను వీడి పోనులేదు.
కులము కులమని యాకూసెడి జనులందు
మనుటెట్లొ తెలియక మసలుచుండె.
ఇన్నినాళ్ళుగ నీదు చిత్రపటమునైన
చూడనివారుండె వాడలందు.
విశ్వమందు భరత దేశపుగౌరవం,
నీ జ్ఞాన సంపదై నిలిచియుండె.
కలదు ముందెన్నడో కాలమై అధికార
దళితరాజ్యము దక్కు దనుట నిజము.

తే। గీ।

రత్నమై మాకుల ఈ నేల రాజ్యమందు
దైవమైనావు అంబేద్కరాజసింహ
వసుధ యిలవేల్పు నీవయా
యనగ నిజము.
నీవు రాకున్న యీకుల చేర్పులెల్ల
పశువు కన్నను హీనమే
వసుధనందు.

దుబ్బల దాసు
98855 32923

77. అంబేద్కర్ నడిచే విజ్ఞానం..

దళితుల పాలిట దేవుడు
దరిద్రరేఖలకు దిగువనున్న
బీదలకు ఆపన్న హస్తం!!
భారత రాజ్యాంగం రచించి
సర్వసత్తాక, సామ్యవాద ,లౌకిక
ప్రజాస్వామ్య గణతంత్ర రాజ్యంగా
విశ్వానికి చాటిన ధీరుడు!!
అంటరానితనాన్ని అధః పాతాళానికి
తొక్కిన అపర కృషీవలుడు!!

సమన్యాయం కై.. సమ సమాజముకై
పాటుపడి విజయం సాధించిన
మహోన్నతమైన మూర్తి!!!

ప్రతి ప్రాణికి ప్రతి జీవికి భూత దయ
పర్యావరణ సమతుల్యాన్ని కాపాడిన
పరమ కరుణామయుడు!!

ప్రపంచ శాంతిని కాంక్షించిన
పరమత సహనాన్ని ఆశించిన
మానవత మహోన్నత మూర్తి
ప్రపంచ మానవతావాది!!
మన అంబేద్కర్
జై భారత్ జై సంవిధాన్!!!!

జె రామచంద్రుడు
9885468183

78. తెగిన నీటి సంకెళ్ళు

మహద్ లో
బిగిసిన పిడికిళ్ళను చూసి,
చెమట పోసుకున్న పీష్వా చెరువు
మహర్ వీరుని దోసిట్లో దాక్కున్నది.

హక్కుల యుద్ధం అంబేడ్కర్
ఎత్తిపట్టిన దోసిట్లోంచి చాదార్ చెరువు,
ఒక్కొక్క చుక్కగా ఈ దేశం దేహంపై
జారిపడుతూ..
ప్రజా నీటి హక్కుగా చరిత్ర రాసుకుంది.

పీష్వాల పీతి చేష్టలతో
దుర్గంధమైన ఆ నాటి మహద్ నీళ్ళు,
ఒక్క పెట్టున
అంబేడ్కర్ అగ్ని పాదాలపై పడి
పరిశుద్ధ పునీతమైనాయి.

తరాల నాటి
అంటరాని దాహంపై నిషేధాన్ని
బద్దలు గొట్టిన ఆ ఉక్కు దోసిళ్ళకు
ఇపుడు 96 ఏళ్ళు.

కాకపోతే...
మనిషి దాహాన్ని సైతం
మరణగండం చేసి నవ్వుకునే సంస్కృతి
వర్ధిల్లుతున్న చోట...
ఉప్పూ,దండీ రెండూ సత్యాగ్రహాలైపోయి,
నిత్యపూజలందుకుంటాయి గానీ,

తాగే నీటిపై విషం కక్కిన
ఒక కుల వికృతాన్ని...
దేశం నడిబొడ్డున ఈడ్చి తన్నిన అంబేడ్కర్
ఆగ్రహం మాత్రం మహద్ సత్యాగ్రహమో
చాదార్ సత్యాగ్రమో కాలేకపోయాయి.

ఈ పక్షపాత కులనీతి తలను
గురి చూసి పేల్చే ఓ ప్రక్షాళనాగ్రహం..
100ఏళ్ళ మహద్ పోరాట స్ఫూర్తి
తిరిగి రగలాలి.

మహద్ విప్లవం వర్ధిల్లాలి.
పోరాట వీరులెత్తిన విజయబావుటా కింద,
మానవహక్కుల యుద్ధం మహోజ్వలం కావాలి.

కూరాటి భీమాంకర్

79. ఇంకా ఎంతకాలం

ఇంకా ఎంతకాలం
జయంతులు వర్ధంతులు
చేసుకుంటూ
ఆనందపడి బ్రతికేద్దాం
నీకు మనిషిగా గుర్తింపు నిచ్చిన వాడు
నీ హక్కులకై పోరాడినవాడు
నువ్వు ఉద్యోగిగా
రాజకీయ నాయకుడిగా ఎదగడానికి
నీలో వెన్నుముకై ఒదిగిన వాడు
వెలివాడలో ఉన్న నిన్ను
ఊరి నడి బొడ్డులో
మీసం మెలేసి నిలబెట్టిన వాడు
ఆయనకు నువ్విచ్చే గౌరవం
ఒక దండ నాలుగు చప్పట్లా...
ఆయన ఆలోచనలకు
నిలువుటద్దంలా నిలవడమే కదా
అసలైన నివాళి అంటే
తమ హక్కులు తమకే తెలియని
చాలామంది సోదరులు
ఇంకా వెలివాడలలోనే మగ్గుతుంటే
మనం వారికి స్వీట్లు పంచి ఆనందపడదామా....
వారి జీవితాలలో
జ్ఞాన దీపాన్ని వెలిగించే రాజ్యాంగాన్ని ప్రతీ ఇంటికి చేర్చడమే కదా
ఆయనకి మనమిచ్చే అసలైన నివాళి.

రసూల్ ఖాన్
+91 93970 76152

80. జాతి రత్నం

అడుగడుగునా అస్పృశ్యతా శృంఖలాలు
తమ భావి ప్రగతికి ప్రతిబంధకాలైనా
స్వయంకృషి ,స్వీయ ప్రతిభలతో
మహోన్నత వ్యక్తిత్వ శిఖరమై
నిమ్నజాతుల సముద్ధరణకై
నిర్విరామంగ,నిబద్ధతగ శ్రమించిన
నిఖార్సయిన నాయకుడే అంబేద్కర్.
రాంజీ సక్పాల్ – భీమాబాయి లకు
మహర్ కులమున జనియించి
వివక్ష విషపు కోరల నీడన
చదివే బడి, కొలిచే గుడి
సాగే దారి, తాగే నీరు
తినే తిండి, పయనించే బండి
ఒక్కటేమిటి అన్నింటా
అవమాన భరిత వేదనలే.
అయినా పట్టుదలే పరమావధిగ
లండన్ నగరాన న్యాయ ఆర్థిక శాస్త్రాలలో
డాక్టరేట్ పొందిన ప్రప్రథముడు.
పుస్తకాలే వెలిగే దీపాలని
అజ్ఞాన అంధకారాన్ని తొలగిస్తుందని
మేధస్సుకు పదును పెట్టడమే
మనిషి అస్తిత్వానికి పరమార్థమని
అక్షరమే ఆయుధమని
నిర్వచించిన నిశ్శబ్దనాయకుడు.
ఆత్మాభిమాన గీతికను ఆలపించి
ఆత్మగౌరవమే ప్రతీకగ వినిపించి

ఆత్మ న్యూనతను తొలగించి
చైతన్య జ్యోతినే వెలిగించి
సమసమాజ స్థాపనే సంకల్పించాడు.
దేశాలెన్నో తిరిగి గ్రంథాలెన్నో చదివి
భారత రాజ్యాంగాన్నే రచించాడు
జన హృదయాలలో నిలిచాడు
భారతరత్నమై వెలిశాడు
జాతి రత్నంగ మెరిశాడు

కె.గంగాధర్
9666053918

81.వెలుగు రేడు

కమ్ముకున్న వివక్షల చీకట్లు
అంధకారపు బతుకులు,
అణచివేతల అలజడులు
వేకువ కోసం కోటి ఆశలు
మబ్బుల పని బట్టిన వెలుగు రేడు

అవమానాల సముద్ర పయనం
మింగే అలలు, హోరుగాలులు
అస్థిత్వం కోసం ఎదురుచూపులు
పట్టుసడలక చేయందించిన ధృడమైన ఓడ

నిచ్చెనమెట్ల కింద నలుగుతున్న దేహాలు
తీరని వేదనలు,ఆరని రోదనలు
నీడ కోసం బిక్కుమంటున్న వెలి హృదయాలు
అక్కున చేర్చుకున్న మహావృక్షం

ఆయన పర్వత శిఖరం
అలుపెరుగని ఉద్యమ కెరటం
గమ్యాన్ని గుర్తుచేసే చూపుడువేలు
హక్కుల కిరీటాన్ని జాతికందించిన నీలిజెండా
అ అంటే అమ్మతోపాటు
అంబేద్కర్ ను స్మరించుకోవాల్సిన
సామాజిక అవసరం నేటి సందర్భం

కలకలం రేపుతున్న కులం పునాదులు
ఉవ్వెత్తున పెరుగుతున్న మను స్మృతుల
కలుపు మొక్కలు

కాలం మారింది
వివక్ష రూపం మార్చుకుంది
నేటికీ మేకలుగా ఉంటే బలికాక తప్పదు
పులులు,సింహాలుగా మారి
సింహాసనం కోసం పోరాడదాం రండి..!

బిరుసు సురేష్ బాబు
7569480800

82. వైతాళికుడు

తేగీ|| ఈసడింపులను ధృతితోనెదురుకొనియు
ధారుణాటంకములు క్షమన్ దాటుకొనియు
చదువుతోవిశేషంబుగ నెదిగినట్టి
ప్రాజ్ఞుడంబేద్కరా! నీకు వందనములు.

తేగీ|| బడుగు బలహీన వర్గాల బాగుకయ్యి
నిమ్న జాతులకును తాల్మినిలుపగాను
సంతతంబునుపోరును సల్పినట్టి
ధీర గంభీర మూర్తి! జోహారులయ్య

తేగీ|| కుల వివక్ష వృక్షంబును కూలదోసి
సమ సమాజ నిర్మాణము సాధనకై
బ్రతుకు ధారవోసినయట్టి భరత రత్న!
నవ్య వైతాళికుడ! వేప్రణతులు నీకు

                                    డాక్టర్ ఎం ఎన్ వి ప్రసాద్

83. భజించేది నిన్నే

నాలుగు వేల ఏళ్ల శాపాల తుంపర్లకు
ఎండు కట్టెలైపోయిన వర్గాలను
నీ నిశ్వాసం చిగురింపజేసింది

సమాధి కాబడ్డ కళేబారాలను
దౌడులు తీయిస్తోందో
దేశ బహిష్కరణకు గురైన తథాగతుణ్ణి రప్పించి
పౌరసత్వాన్నిచ్చావ్
తిరిగి భారతీయుణ్ణి చేశావ్ !
ప్రతిగుండెలోనూ ప్రతిష్టిస్తున్నావ్

వెలి నరాలన్ని ఒకటిగా పేని
ఆవును కట్టడి చేసే మోకును సిద్ధం చేస్తున్నావ్
పల్లెల్లో వెట్టిని తుడిచేశావ్
సమజంలో వెలి వెలవెలబోయింది

అపార విజ్ఞానం అంకురిత దీక్ష పాయలుగా
నిశ్చైతన్య చేతస్సుల మీద ప్రవహించి
పొద్దు తిరుగుడు పంటను పండించావ్
విప్పారిన పూల తేజో రాసి వైపు తలెత్తి
చూస్తుండటం
నీ చూపుడు వేలుకు
అయస్కాంత ముందనుకుంటా !
తరతరాలుగా మట్టికొట్టుకుపోయిన
సమాజ శకలాలు
ఒకటై ,ఉప్పెనై ఎగసిపడుతున్నాయి.
చెలియలి కట్టను ఛేదిస్తున్నాయి

బహుజన గుడుల్లోనూ , గుండెల్లోనూ నువ్వే !
మెలుకువలోనూ , నిద్రలోనూ భజించేది నిన్నే.

గార రంగనాథం
98857 58123

84. విశ్వ తేజం

చెట్టు నీడను
దొంగిలించే
కులం కొమ్ములు
వంచి...

దాహం తీర్చే
నీటిని
పీడితులకు
దాసోహం చేసి...

మత మౌఢ్యానికీ
ముచ్చెమటలు
పోయించి....

మేధస్సు ముంగిట
ఇంద్రధనస్సై
మెరిసి....

మహావృక్షమై
ఎదిగి
అమృత ఫలాలను
వెదజల్లి....

దీన జనోద్ధరణకు
బ్రతుకును
బలిపెట్టి....

బతికించడమే
బతుకు
పరమార్థమంటూ....

బోధించి
సమీకరించి
పోరాడి...

విశ్వం
గుండె చప్పుడులో
సజీవుడవైన
మహనీయుడా ...

మా గుండెల్లో
వర్ధిల్లే నీకు
వర్ధంతులెందుకయ్యా...!

గోలి మధు.
9989186 883

85. సమతా మూర్తి

మానవతకై పరితపించిన
సమతామూర్తికి వందనం
అభివందనం
చదువు విలువను చాటి చెప్పిన
విశ్వజ్ఞానికి వందనం! అభివందనం
అడుగు అడుగున అవమానాలతో
అణువు అణువున అసమానతలతో
అణగారిన దీనుల పాలిట
దీనబంధూ వందనం అభి వందనం

అంటరాని వారని ఊరవతల
హీనంగా విసిరేయబడిన
బడుగులకు గొడుగైన ధీరుడ, శూరుడ
నీకు వందనం, అభి వందనం
బహు జనుల గొంతుకైన వీర
మనోబలం గౌరవం నింపిన
అంబేద్కరా నీకు వందనం! అభి వందనం
వందనం కృతజ్ఞతాభి వందనం!

గుండాల నరేంద్ర బాబు
9493235992

86. ప్రచండ భానుని ప్రతిమ!

ఆ చూపుడు వేలు !
అన్యాయాన్ని నిలదీయమంటుంది

ఆ చేతిలోని గ్రంథం
రాజ్యాంగాన్ని అధ్యయనం చేయమంటుంది

అతడు వేసుకున్న నల్లకోటు
నిరంకుశ అధికారాన్ని నిలువరిస్తుంది

ఆయన ధరించిన కళ్ళజోడు
సమన్యాయాన్ని సమర్థిస్తుంది

అతని దగ్గరిచూపు!
దళితబంధువై పలకరిస్తుంది
మైనారిటీలకు మెహమాను అవుతుంది
మహిళా హక్కులను పరిరక్షిస్తుంది
బాలల పీడనలను నిరోధిస్తుంది
సంచార జాతులను!
నేరవిముక్తులను చేస్తుంది

అతని దార్శనికత!
మెజారిటీ ప్రజల అభివృద్ధిని కాంక్షిస్తుంది
మానవహక్కులకై పాటుపడుతూ
ప్రభుత్వాల పారదర్శకతను ప్రతిబింబిస్తుంది!

అంతెందుకు?
ఆ మానవతా మూర్తి ప్రతిమ!
పాలకులు ఏ దిశలో పయనించాలో
పాలితులు ఏ దిశగా పరిఢవిల్లాలో
దిశానిర్దేశం చేస్తూ!
ప్రచండ భానుడికి ప్రతీకగా నిలుస్తుంది!!

కరిపె రాజ్ కుమార్
8125144729

87. ముందుకు సాగుతాం

నీ అక్షరాలు
మా భవిష్యత్ పునాదులు.
నీ రాతలు
మాకు జీవన గీతలు.
రాజ్యాంగం రాసి
స్త్రీలకు,కార్మికులకు,
హక్కుల్ని సొంతం చేశావు.
ఆకాశంలో ఉన్న
అవకాశాల్ని
ఫలాలుగా ఇచ్చావు ...
ఒక్క మాటలో చెప్పాలంటే
రాజ్యాంగాన్ని
మా పాలిట ఓజోన్ పొరగా మార్చి
తరతరాల అకృత్యాలకు,
దోపిడి వ్యవస్థ దారుణాలకు
చరమగీతం పాడే
రక్షణ వలయం చేశావు...
నీ స్ఫూర్తితో మేమంతా
సమాజంలో వేళ్ళూనుకున్న
కులమత వర్ణ వివక్షతల్ని
రూపుమాపే
జీవిత దృక్పథంతో
ముందుకు సాగుతాం.
సమసమాజ స్థాపనకై
ప్రయత్నమే కాదు
ప్రతిన పూని కదులుతాం.

రేపాక రఘునందన్
9440848924

88. బురదలో వికసించిన కమలం

పూరి గుడిసెలో పుట్టిన మాణిక్యం
గగనాన మెరిసే తారవోలె
స్వయం ప్రకాశితమై శోభిల్లె
అణచివేతల ఉక్కు సంకెళ్లు
తెంచుకొని ముందు కురికే
పేదరికపు బండ రాళ్ళ కింద
నుజ్జు నుజ్జుగా నలిగి
ఒక్క ఉదుటున పుంజుకొని
లేచి నడవసాగే
ముళ్ళబాటలను
మనోశక్తితో అధిగమించి
మల్లె బాటగా మార్చే
నిత్య పోరాటముతో,నిరంతర శ్రమతో
జ్ఞాన భాండం మింగి
విశ్వ ఖ్యాతి నొందే,
బురదలో వికసించిన కమలమై
నిత్య పూజకు నోచుకొనే
స్వరాజ్యభారతకి
జనస్వామ్య హారం తొడిగే,
తన న్యాయ శాస్త్ర ప్రావీణ్యం గాంచి
న్యాయ దేవత దివి నుండి దిగివచ్చే,
అరి కాలు కింద నలిగిన
అరటి పండు తొక్క వోలె
అణచబడిన వర్గాల
ఆశాజ్యోతి అంబేద్కర్!

వావిలిపల్లి రాజారావు
9963606391

89. భారత భానుడు

ఓ... అంబేద్కరుడా...
ఆకలి ఆశ్రమాలకు అన్నదాతా...
అజ్ఞానపు గుండంలో అగ్ని రేఖ..
ఆశయ సాధనకు ఆయువు రేఖ...

మట్టిలో మాణిక్యాలనూ చూడలే
సాగర సునామిని నేను తాకలే..
అంతరిక్ష అడుగులు నేను వేయలే..
మహనీయుల మర్మాలను చదివా..
మరణంలేని అంబేద్కరుణ్ణి నేనెరిగా
అదే అక్షర యోధని.!జ్ఞాన యోధని.

మనుస్మృతి మాయలకు మానవవాది..
కులం కుళ్ళు కుట్రలకు కలం వాది
మతం మత్తు ముష్కరులకు మరఫిరంగి
మానవీయ విలువలకు వెన్నెల వెలుగు...
దేశ మాత జనులకు దీనబంధు .

కష్టాల చరిత్రకు కలం అద్ది
శాసనాల పుటలకు పురుడు పోసి
ప్రజల ప్రగతికి ప్రాణం పోసి
పరిఢవిల్లుతున్న ప్రజాజీవి..

అంబేద్కర్ ఆలోచన,ఆచరణ
అనంతజీవుల సంరక్షణ
మహిళాభ్యుదయ వీరుడు..
సమసమాజ సూరీడు..
అశువులొడిచిన త్యాగాల ధీరుడు..

భారత రాజ్యాంగ భానుడు....
భవిష్యత్ తరాల భారత రాజ్యాంగమా !

ఎల్. ఉపేందర్

90. నీలమంటే నీ కెందుకంత భయం?

ఆ నీడలో ఏముందని
అంతగా భయపడుతున్నావ్?
బహుశా నువ్వు సృష్టించిన
అవమానాలు,అత్యాచారాలు
అరాచకాల లెక్కలేమైనా
కనబడుతున్నాయా?

లేక

ఊరి చివరన విసిరేసిన
వాడలోని వెల్లివిరిసిన ఉన్నతి
చదువుల చాటింపు చైతన్యమేమైనా
ప్రస్ఫుటంగా కనబడిందా?

లేక

ఇప్పటి వరకు నువ్వు చెప్పిన
అసత్యాలకు తిరిగి సత్య నిరూపణ
చేస్తున్న సాహసమేమైన
కనబడిందా?

లేక

నువ్వు అనాదిగా
కోరి కూర్చుకున్న కుట్రలను
తెగనరికే కత్తుల్లాంటి
చాచిన నాలుకలు నిన్ను
ఉక్కిరిబిక్కిరి చేయటమేమైనా
కనబడిందా?

లేక

నిన్ను పదే పదే దోషిగా నిలబెట్టే
నిండైన నిర్దోషిత్వం మేరు పర్వతమై
నిటారుగా నిన్ను నిలదీయటమేమైనా
కనబడిందా?

లేక

నువ్వు ఊసరవెల్లిలా
రంగులు మార్చినప్పుడు
రంగుల్లోని పచ్చి నిజాలను
విడమరిచి వివరించే వివేకమేమైనా
కనబడిందా?

ఏమి కనబడిందని
ఆ నీలి నీడను చూసి
అంతగా భయపడుతున్నావ్?

డా . మాధవి మిరప
9848067056

91. జై భీమ్

నిబద్ధత నిజాయితీ నిస్వార్థం
సుగుణాలు వరించాయి మా తండ్రిని
మహా యోధునిగా ప్రజలలో మిగిలారు
చదువుతో ప్రపంచ మేధావిగా
ఎదిగారు కీర్తించారు
ఛీత్కారాలతో జీవించారు
ఆశయం గొప్పదని నిరూపించారు
ఎన్ని కష్టాలు చవిచూసిన
ధర్మాన్ని విడనాడలేదు
ధర్మానికి విలువ, బలం ఎక్కువ
ధర్మానికి అందరూ ఒక్కటే
అందుకేనేమో న్యాయ దేవత
మిమ్మల్ని విడిచి వెళ్లలేదు

మీ ఆలోచనలు శక్తివంతమైనవి
జాతిని ఉన్నతముగా చూడాలని
ఆశతో కోరికతో ఊపిరి ఉన్నంతవరకు
మీ గుండె నిండుగా
జాతి బ్రతుకు శ్రేయస్సు పై ప్రాణం పోశారు
ఎన్ని జన్మలకైనా మీ బిక్ష రుణం
తీర్చుకోగలమా

మారాలి మనం మారాలి
మన దైవం ఆశయాలు పోరాడి సాధించాలి
మన వారికి అంతా తెలుసంట
అందుకే సమాజం సంఘం
దగ్గరగా ఉన్నట్లు నటించి
దూరం చేస్తూనే ఉన్నారు
మన ఐక్యత ముద్దు రా
మనం విడిపోవడం వద్దురా

మీ పుణ్యాన బ్రతుకు బాటలో జీవనం
ఇప్పటికే ఏదో తెలియని భయం
దేశానికి దీప కాంతులు చూపారు
కొండంత వెలుగై రక్షణగా నిలిచారు

బొగ్గవరపు శ్రీమన్నారాయణ
8106435854

92. కీర్తి బావుటా

మనసు ఒరిగిన చోట
దేహాన్ని నిలబెట్టావు
ఆశలు నొప్పులు పడ్డ కొమ్మపైనే
ఆశయాల్ని పరిగెత్తించావు

నిన్ను కారణ జన్ముడవని
కనిపెట్టిన కాలం నీకు దాసోహమయ్యింది
నీ ఉనికికో నూలు పోగును
దానం చేసిన జ్ఞానం అమరమయ్యింది

బుద్ధం శరణం గచ్ఛామి
సంఘం శరణం గచ్ఛామి
నీ లోలోపలి శక్తులయి నిన్నో ఉరికే రాజ్యాంగాన్ని చేశాయి
ఎగుడు దిగుడు బల్లల పీచమణచే
అక్షరాలతో నీకు బాసటగా నిలిచాయి

అవును మరి
నువ్వు సమాజాన విచ్చిన పువ్వువి
ఏ ఒక్క తోటకో కాక
విశాల భారతి స్థావరాన వెలిగే దివ్వెవు
కలం పట్టుకున్న యోధుడవు
జాతి యావత్తూ మురిసే అంబేద్కరుడవు
దింగతాలు దాటిన దేశ కీర్తి బావుటావు....

సుధా మురళి

93. జెండా కర్ర నువ్వే ...

ఇక్కడ మనుషులు... మనుషులే కాదు
కొందరందలాలమీద కొందరంధకారంలో...
ఆలోచనే లేదు ఏం చేయాలో తెలియదు
ఏం కావాలో తెలియదు

పనియంత్రాలై పశువులవలె అదిలించబడుతూ
బెదిరించబడుతూ పామరులై పాలేరులై
అంటరానివారై తమ కష్టంతో వారి గాదెలు
పొట్టలు నింపే ఈ జనం

మనం మనుషులమేనని
అందరిలా అనుభూతులుంటాయని
చదవగలరని పాలించగలరని
రెక్కలు దొరికితే ఆకాశానికి ఎగరగలరని.....

బిడ్డల నెరిగిన అమ్మే కదా అంబేద్కర్
ప్రతి దళిత బిడ్డ ను భుజానికెత్తుకున్న నాన్న కదా

మట్టి, మురికి, పగలు, రేయి , ఎండా, వానలనే
బట్టలుగా తొడుక్కున్న నా జనానికి
ఇప్పుడే ఇక్కడే కొత్త జన్మలనిచ్చి
సరి కొత్త జీవితాల నిచ్చిన దేవుడు
అది నువ్వే కదా అంబేద్కరా!!

నిజంగా నిజమది మా అన్నంగిన్నె నీవే
మా మెతుకులకు మా పేరద్దినది నీవే

మా ఆశయాల అక్షరాలను ఆకాశానికి
ఎగరేస్తున్న జండా కర్ర నీవే

జన్మల అజ్ఞానం కడిగిన జ్ఞానామృతం నీవే
సర్వ మానవుల మానవీయత నీవే
హక్కులు బాధ్యతల నిర్దేశం నీవే
మా నిండు జీవితాల కృతజ్ఞతాంజలి నీకే

నీలాకాసమే హద్దుగా
నీలి రాజ్యపు ఆకాంక్షల సారధి నీవే
అంబేద్కరా మళ్లీ మళ్లీ మమ్మల్ని
మేల్కొల్పవా!

టీ. అంజలీదేవి
90598 41821

94. ఏప్రిల్ మాసం-ధర్మ యుద్ధం!

ఎవరి పూర్వీకులు మనకు కారు
మన పూర్వీకుల జాడల్లోనే మనం నడవాలి
ధర్మ యుద్ధం చేయాలి!

నిజమైన యుద్ధ
అడుగుల సవ్వడి
ఉద్విగ్న భరితంగా ఉంటుంది
ఉత్కంఠ భరితంగా ఉంటుంది!

ఉజ్జాయింపు, అనునయింపు
అడుగులు కాకుండా
శౌర్యపు నడక యుద్ధమే
మనమేంటో నిరూపిస్తుంది!

యుద్ధంకై నడుస్తుంటే
దాడులుంటాయి
స్వపక్షపు కోవర్టులుంటాయి
వెనక్కి లాగే చర్యలుంటాయి
ఉక్కిరిబిక్కిరి చేసి
ఊపిరి సలపనీయని
కుట్రలుంటాయి ......

చివరి క్షణం వరకు
హరివీర భయంకరమై
ప్రతిఘటించాలి మనం.
ఎంతమంది వీరులు నేలకొరిగిన
ప్రాణాలతో బయటపడే
అవకాశం లేకపోయినా
ప్రకటించిన యుద్ధ లక్ష్యం
పూర్తి కాకుండా
పక్క బాటలోకి జారుకోవద్దు!

యుద్ధంలో ఆధిపత్యం, విత్త శక్తి
వాళ్లకు సహాయ పడొచ్చు కానీ
ధర్మ యుద్ధంలో మన వైపు బుద్ధాశోక ,
రవిదాస్, కబీర్, పూలే, అంబేద్కర్ల
ఆలోచనలు ఉన్నాయి .

యుద్ధం బలి తీసుకుంటుంది కానీ
ధర్మ యుద్ధం జాతికి రక్షగా ఉంటుంది!

యుద్ధం ద్వేషిస్తుంది కానీ
ధర్మయుద్ధం బానిసత్వం నుండి
విముక్తి ప్రసాదిస్తుంది !

మరి మనం యుద్ధం వైపో
ధర్మ యుద్ధం వైపో తేల్చుకోమంటుంది.....
మహనీయుల పుట్టిన మాసం
ఏప్రిల్ మాసం.!

గుడిపల్లి నిరంజన్
9493319878

95. మడిచిన నాలుగు వేళ్ళు

నిచ్చెన మెట్ల సమాజ దుస్థితిని
వేలెత్తి చూపించావు
చూపించిన దిక్కు విడిచి
నీ వేలును చూస్తూ ఉండిపోయాము

మనుధర్మాన్ని కాలబెట్టావు
ఆ బూడిద లోంచి బతుకు తెరువు
మరో ధర్మాన్ని వెతికి వెలికి తీశాము

దేశానికి రాజ్యాంగాన్ని ఇచ్చావు
నిన్ను దేవుణ్ణి చేసి జపిస్తూ
మెడలో మొక్కుబడి దండ వేసి
ఎండ వాన చలిలో నిలబెట్టాము

నలిగిపోయి నలిగిపోయి
బౌద్ధాన్ని తలకెత్తుకున్నావు
మేము కరుణ దయలేని
ఒక కర్ర కత్తి యుద్ధాన్ని చేస్తున్నాము

జూకంటి జగన్నాథం
94410 78095

96. మహర్ కుమారుడు

ఏమీ లేనప్పుడు
బ్రతుకు శూన్యమనిపించినప్పుడు
ఎవరూ ఆసరా ఇవ్వనప్పుడు
నా ఓదార్పు నువ్వే కదా!

ఈ దేశంలో పుట్టినందుకు
బ్రతుకంతా సిలువ మొయ్యాల్సిందేనని
తీర్మానించినప్పుడు
కొత్త నిబంధనవై
నన్ను హత్తుకుంది నువ్వే కదా!

అయినా
నువ్వు నా ఒక్కడి కోసమేనా
రక్తసిక్త గాయాలుగా మారింది
మహిళావరణాన్ని ప్రేమగా తాకింది
నువ్వే కదా!
శ్రమైక జీవుల వెతలను తుడుచింది
నువ్వే కదా!
మైనార్టీల తలపాగాలను నిలబెట్టింది
నువ్వే కదా!
మట్టి మనుషులకు మంత్రోపదేశం చేసింది
నువ్వే కదా!

కానీ, మహర్ కుమారుడు
తలదాచుకోడానికి చోటే లేని నేల కదా ఇది
అందరూ నువ్వు పెట్టిన భిక్షను భుజించిన వారే
నిన్నెరుగమని దూరమైనవారే
అల్ప విశ్వాసులు కూడా కాని
విశ్వాస ఘాతకులుగా మారిన
సర్ప సంతానం కదా !!
మనుధర్మ శాస్త్ర ప్రవర్తకులు!

అధికార లోక మర్మాన్ని
రాజ్యాంగంగా పొందుపరచిన
అద్భుత మేధావిని
అసింట పెడదామనే ఆలోచన
ఖండాంతరాలలో నిలువెత్తు జ్ఞానమై నిలిచింది
మహోన్నత రాజ్యాంగం నీడను విశ్రమించడమే
శాంతి సమానత్వం అని
బోధించిన అమరంబెద్కర్
అడుగుజాడలను వెతుక్కుంటేనే కదా
మట్టి మనుషులకి రాజ్యాధికారం సిద్ధించేది

జోహార్లు, పూలదండలు, విగ్రహ ప్రతిష్టలు
ఆత్మగౌరవ పతాకలే కావచ్చు
ఆచరణ లేని అల్పసంతోషం
అధికార తాళం చెవిని అందుకోలేదు కదా!

మహర్ వీరుని మహిమాన్విత బోధ
ఫలించే క్షణాలు కోసం
ఈ దేశ కులఘట్టనల క్రింద నలిగిపోయిన
ఆత్మలు ఎదురు చూస్తున్నాయి.

మల్లవరపు ప్రభాకరరావు
99499 96405

97. వెలుగు దివ్వె అంబేద్కర్

పొలిమేరకు అవతలి గుడిసెలు
అసహ్యాన్ని తలకెత్తుకునే పనులకే
ఈ మనుష్యులు పలక పట్టిన క్షణం
కాటికి పిలుపు ఖాయం

పొలిమేరకు అవతలి గుడిసెలకి
అక్షరం అందించేవారు ఎవరు
అవమానం అలవాటైన వాళ్లకు
ఆత్మగౌరవం రుచిచూపే ఆత్మబంధువు ఎవరు?

నీరు తాగే హక్కుకై
సముద్రాలు దాటిన పంతులు
చీకటి పోలిన కోటు వేసి
చేత పుస్తకం పట్టి
హక్కులకై పోరాడినదెవరు?

పొలిమేరకు అవతలి గుడిసెలకు
చదువును పరిచయం చేసి
కాటికాపరికి, చెప్పులు కుట్టేవాడికి,
వెట్టి పనిలో కుమిలిపోతున్న వాడికి
వెలుగు దారి చూపిన వాడెవడు?

సేవా ధర్మం అంటూ
అణగతొక్కబడిన జాతులకు
హక్కులిచ్చి హత్తుకున్న
ఆపద్భాంధవుడెవరు?

ఇవ్వలేదు అతనికి రాజసత్కారం
కోరలేదు అతడు రాజ్యభోగం
మా హక్కులకై పోరాడిన
మా జీవితాలకు వెలుగు దివ్వె
మా హృదయాలలో నిలిచిన
అతడే అంబేద్కర్!
ప్రపంచజ్ఞాని అమరుడంబెద్కర్!!

రాజీవ్ మల్లవరపు

98. ఎలుగెత్తి చాటుదాం

ఎలుగెత్తి చాటుదాం అందరం
అంబేద్కరు ఒక అస్తమించని సూర్యుడని
అసంఖ్యాక హృదయాలలో
నిత్యం ప్రకాశించే మార్తాండ తేజుడని

చదువు, సమీకరించు, పోరాడు
అన్న మూడు పదాలలో
మన జీవితాలకు దిశా నిర్దేశనం చేసిన
ఆధునిక భోధి సత్వుడని

వీధి కుళాయి నీళ్ళు తాగనివ్వని
వివక్షా తిమిరంతో
జ్ఞానమనే కాంతిఖడ్గంతో సమరం చేసిన
అవిశ్రాంత యోధుడనీ, అలుపెరుగని ధీరుడనీ

"మేం హరిజనులమైతే మీరంతా దెయ్యం
బిడ్డలా" అని ప్రశ్నించి
పోరాటాన్ని పక్కదారి పట్టించే ప్రయత్నాన్ని
ముక్కుసూటిగా ఎదుర్కొన్న ధీశాలి అని

ఎలుగెత్తి చాటుదాం అందరం
అంబేద్కరు ఒక అస్తమించని సూర్యుడని
ఎన్ని యుగాలైనా కొండెక్కని పరిమళ దీపమని
మనుస్మృతిలోని నిచ్చెనమెట్లని
మొదటగా గుర్తించి దాన్ని
తగలెయ్యమని పిలుపునిచ్చిన
గొప్ప సామాజిక శాస్త్రవేత్త అని
హిందూ భావజాలాన్ని ఒక చారిత్రాత్మక
మలుపుతిప్పిన చరితార్థుడని

దేశంలో సగభాగానికి సమానహక్కులు
పోరాడి సాధించిపెట్టిన
గొప్ప మానవతా వాది అని
దేశ మహిళలందరకూ ప్రాతఃస్మరణీయుడనీ

తన జాతిపై జరుగుతున్న అణచివేతను
లండన్ సమావేశంలో
నిప్పులాంటి స్పష్టతతో
ప్రపంచానికి ఎరుకపరచి
తన ప్రజలకు ప్రత్యేక అస్థిత్వాన్ని
సాధించిపెట్టిన రాజనీతిజ్ఞుడనీ
దీన జనోద్ధారకుడనీ

ఎలుగెత్తి చాటుదాం అందరం
అంబేద్కరు ఒక అస్తమించని సూర్యుడని
అంబేద్కరిజం అంటే ఆ మహనీయుని
వెన్నెముకతో చేసిన వజ్రాయుధమనీ

స్వేచ్ఛ సమానత్వం సౌభ్రాతృత్వం
అనే మూడు సింహాలను
భారత రాజ్యాంగంగా మలచి
సామాన్యుడికి కాపలాగా పెట్టిన
అనితర సాధ్యుడనీ,
అపార విద్యాపారంగతుడనీ

మానవజాతికి వన్నెతెచ్చిన మేధో శిఖరమని
ఈ శతాబ్దపు మూర్తీభవించిన
జ్ఞాన స్వరూపమని
దళిత బహుజనుల జీవితాలలో
నీలికాంతులతో వెలిగే అమరజ్యోతి
అనీ

ఎలుగెత్తి చాటుదాం అందరం
అంబేద్కర్ అంటే ఆత్మవిశ్వాసమనీ
జై భీమ్ అంటే దారిచూపే చూపుడు వేలని
ఎలుగెత్తి చాటుదాం అందరం

బొల్లోజు బాబా

9849320443

99. మట్టి పువ్వు

చీకటిని మోసీ మోసీ
ఇక చీకటి అంతు తేల్చేందుకు
నిదురపోయే జాతిని
జాగృత పరిచేందుకు
నిదురలేని రాత్రిగా మెలకువతో
తానే ఒక వేకువగా
ఒక మహా సంక్షోభంలోంచి
మహా బోధిగా ప్రభవించినవాడు.
కలలకు మహత్తరమైన శక్తినివ్వడానికి
రక్తాన్ని కన్నీళ్ళని అవమానాల్ని
కలం లోకి ఒంపి
అక్షరాన్ని ఆయుధంగా చెక్కిన
రాజ్యాంగమతడు.
తాటి కన్నుల కలగా
ఆలోచన ఆచరణకు ఆరంభమన్నవాడు.
కలల సాకారతకు
కర్తవ్యమై కదలాడే
మట్టిపూల రాగం వాడు.
కుల వ్యవస్థకు మించిన దుర్మార్గమైన
సామ్రాజ్యవాదం
మరొకటి లేదని స్పష్టపరిచినవాడు.
ఆత్మగౌరవం నా జాతి కిరీటమని
గుడిసెలో దీపమై గొంతెత్తిన వాడు.
నిప్పు కణికల కొలిమి.
జ్ఞానఖడ్గమే అతని బలిమి.
జాతి కన్నీరు తుడవడానికి
అమ్మ చేతులుగా మారిన వాడు.

తన బతుకును చెప్పులుగా చేసి
ఆ చెప్పుల చేతులతో
యావత్ ప్రపంచాన్ని
మనిషిగా మోసిన వాడు.
బుద్ధ దమ్మాన్ని నిజం చేసే
మనుషుల కోసం తాను నవయానమై
మనలో సజీవమై
తొంగి చూస్తున్న వాడు.
రాతి విగ్రహాలకు రంగురంగుల దండలు
ఎందుకని
పాలాభిషేకాల పాతివ్రత్యాలెందుకని
ఆచరణ లేని ఆరాధనలెందుకని
దైవత్వం నాకొద్దని
నన్ను మీలో ఒకడిగా మననీయుడని
మనిషిని గూర్చి
ప్రతి ఒక్కడు మనిషి అవ్వమని
గత చరిత్రను ప్రశ్నించినవాడు.
నూతన భవితను నిర్మించినవాడు.
కుల సౌధాన్ని కూలగొట్టేందుకు
ఎత్తిన పలుగు అతడు.
మనుధర్మానికి చితిపెట్టిన
తొలి వెలుగు అతడు.
రాజకీయ నియంతల
కుట్ర దారుల కలలో సైతం
కలవర పెట్టిన కాలం వీరుడు.
కరుడుగట్టిన కులహంకారుల
వెన్నులో వణుకు పుట్టించిన
విప్లవ యోధుడు.
జ్ఞానఖడ్గం చేతబట్టి

మా స్వేచ్ఛ పేరు భూమి ఆకాశాలని ఎలుగెత్తి
నినదించి నిలువెత్తు జాతి నినాదంగా
ఊరు మొగదల చూపెత్తి
నిలబడ్డ మట్టిపువ్వు అతడు.
మా కన్నుల నిండుగా
వెన్నెలై విరగ కాసిన ఆకాశమా!
అవమానం నుండి
ఆత్మగౌరవం దాకా
మము విరగబోసిన
పువ్వులుగా చేసిన
మా జాతి జీవమా!
నిశ్శబ్దంలోంచి మహావిస్ఫోటనంలా
చీకటి ఘనీభవించిన చోట
మహోదయంలా నీవు.
అడ్డుగోడలను కూలగొట్టిన
సాంఘిక సమానత్వమా!
స్త్రీల హక్కుల నల్ల పిడికిలి
కార్మిక హక్కుల నల్ల కొడవలి అతడు.
హిందూ బ్రాహ్మణీయ శక్తుల గుండెల్లో
అగ్గిరవ్వా!
దళిత బతుకుల్లో
పరిమళించే మట్టి పువ్వా!!
స్త్రీల పెదవులపై
నవ్వే స్వేచ్ఛ నువ్వా!
అనాగరికతను ధిక్కరించిన
ఆత్మగౌరవాల చైతన్యమా!
ప్రజాస్వామిక విప్లవాల యుగ కర్తా!
ఆ వేగుచుక్కా!
ఉనికిని, వ్యక్తిత్వాన్ని, ఆత్మగౌరవాన్ని
సగౌరవంగా చాటుకునే అక్షరాల్ని
అనంత కలల ఆత్మస్థైర్యాన్ని
మాకిచ్చిన వాడా!
మహోదయాన్ని నా కాలికి
చెప్పుగా తొడిగినవాడా!
అజ్ఞానం నుండి జ్ఞానంలోకి
భయం నుండి సాహసంలోకి
బానిసత్వంలోంచి స్వేచ్ఛ లోకి
వేలు పట్టి నడిపించిన అమ్మ తల్లీ!
మూతిన ముంతగా
ముడ్డిన తాటాకుగా
వేలాడిన మనవుగాడి ధర్మాన్ని
మంటల్లో తగలేసిన
మా చందమామ పువ్వా!
జ్ఞానం నీ అసలు పేరు.
పోరాటం నీ ఇంటి పేరు.
మనిషి తనం నీ ఊరు.
మానవత్వం నీ హోరు.
ఆకాశం నుదుటన సృజనగా
కాలం ఒక సామాజిక విప్లవాన్ని కలగనేందుకు
అంబేద్కర్ ను కన్నది.
కలల జ్ఞానం
ఒక ధర్మ యుద్ధాన్ని చేసేందుకు
మరోసారి అంబేద్కర్ ను ఎంచుకున్నది.
విప్లవం పేరు మహార్నవం.
యుద్ధం పేరు నవయానం.

– శిఖా ఆకాష్
9381522247.

100. అన్ టచ బుల్ వారియర్

(Untouchable Warrior)

దేశం
అగ్నిహోత్రాల బలుల దగ్ధ కాలం.
చూపుకు అంక్షలు , కాళ్ళకు సంకెళ్లు
చెవులకు వేదవాక్కుల
సీసపు రుధిరం
అశ్వమేధ స్వారీల సవాళ్లు.

ఒక కారడవి
మనువు వికృతరూప
చట్టాల నాట్యం.
ఊరు – వాడ ఆమడదూరం.
వెలేసిన జనాల గుడిసెల్లో
బుద్ధశకం 1891 ఏప్రిల్ 14
ప్రపంచం ఉలిక్కిపడి నిద్రలేచింది.
ఆరోజు ఉదయం కోకిలకు బదులు
కాకులు అరిచాయి.
వాడలో చమురు దీపాలు వెలుగుతునే
ఉన్నాయి.
బడిలో అసింట , ఊరిలో అసింట , గుడిలో
అసింట , దారిలో అసింట
తాగే నీటిలో అసింట.
సమస్తం సమస్యల కాలం.
గుక్కెడు నీళ్ళ పోరాటం
మహద్ ఉద్యమమై మొదలైంది.
జాతి ఉవ్వెత్తున ఉప్పొంగే పిడుగులై ఊరిమీద
బడ్డాయి.

మైల మైల అంటూ ఊరు
గంగలో మూడు మునకలేసింది.
హక్కులు నెత్తురుతాగి జుర్రుకుంటూ
కోట గుమ్మాలకు శంబుకతలల్లా
వేలాడుతున్నాయి !
తెల్లకాగితం సిరాచుక్క
ఒక్కొక్క అక్షరం
వేల సంవత్సరాల బానిస సంకెళ్ళు,
ఒక్కొక్కటిగా తెగిపడిపోతున్నాయి. పడినచోట,
కొత్త కొత్త స్వేచ్ఛ ,హక్కులు
మొలుచుకొస్తున్నాయి.
ఊరువాడలోకి కలిసింది ,
ఊరు – వాడ ఒకచోట
ఒకేలా తమ చూపుడువేలుకు సిరాచుక్క
రాయించుకుని
వరసలో నుంచుంటున్నాయి.
దేశాన్ని శాసించే మహాత్ముడు కపటనాటకం
రూపురేఖలు దిద్దుకుంటే,
మూక్ నాయక్ ప్రశ్నల బోనులో
ఉరి తీస్తుంది
ఎముకలు తప్ప ఏం లేనివాళ్ళు
అక్షరాల అస్త్రిగా హక్కుగా,
ధిక్కారం గా ప్రకటన జరుపుకుని
మనువుని నడిరోడ్డుపై
మంటల్లో తగలెట్టి,
వీధి దీపాల కింద

సదివిన అక్షరాలు
భారత రాజ్యాంగం రాసి
ఒక్క దెబ్బతో
తరతరాల బానిస సంకెళ్లు తెంపి
వేల సంవత్సరాల
మనువాద శాసనాలను
ఒక్క చూపుడువేలు సిరా చుక్కతో రూపురేఖలు
మాపి
అంటరాని దేశంలో
అంటరాని యోధుడులా నిలబడి
సూర్యుడు సైతం తలదించే
ఆత్మగౌరవం అతని సొంతం.
భూగోళం పై నిలువెత్తు చిహ్నం అతని రూపం.
ప్రపంచ అంటరాని మనుషులకు
అంటరాని యోధుడు.
నల్ల మనుషులకు
నీలిజెండా.
ఈదేశానికి రూపురేఖలు దిద్దిన అక్షర యోధ.
ప్రపంచానికి
"అనటచ్ బుల్ వారియర్".

తంగిరాల. సోని
9676609234

KASTURI VIJAYAM

📞 00-91 95150 54998
KASTURIVIJAYAM@GMAIL.COM

SUPPORTS

- PUBLISH YOUR BOOK AS YOUR OWN PUBLISHER.

- PAPERBACK & E-BOOK SELF-PUBLISHING

- SUPPORT PRINT ON-DEMAND.

- YOUR PRINTED BOOKS AVAILABLE AROUND THE WORLD.

- EASY TO MANAGE YOUR BOOK'S LOGISTICS AND TRACK YOUR REPORTING.

www.ingramcontent.com/pod-product-compliance
Lightning Source LLC
LaVergne TN
LVHW061140220825
819323LV00014B/843
9788196266738